ஜார்ஜ் கோமகன் வரலாறும் படைப்பும்

தொகுப்பு

பேராசிரியர்

முனைவர் க. ஜெயபாலன்

வெளியீடு

பாபாசாகேப் அம்பேத்கர் கலை இலக்கியச் சங்கம்

ஜார்ஜ் கோமகன் வரலாறும் படைப்பும் ■ பேரா. முனைவர் க. ஜெயபாலன் ■ முதல் பதிப்பு : நவம் 2024 ■ பக்கங்கள் : 110 ■ நூல் அளவு : டெமி 1/8 (14 X 21.5 cms) ■ தாள் : 70 ஜிஎஸ்எம் மேப்லித்தோ ■ பாபாசாகேப் அம்பேத்கர் கலை இலக்கியச் சங்க வெளியீடு - 15

■ நூல் கிடைக்குமிடம் : பெ. விஜயகுமார், 64/2, ரத்தின சபாபதி தெரு, சென்னை - 600 021. அலைபேசி : 9884744460

விலை ரூ. 150/- ISBN : **978-81-982342-8-5**

பேராசிரியர் ராவ்பகதூர்

தந்தை ந. சிவராஜ் *(1892 - 1964)*

அறிஞர் **சி.என். அண்ணாதுரை** *(1909 - 1969)*

ஆகிய சான்றோரின் நினைவுக்கு

பொருளடக்கம்

பின்னிணைப்புகள்

வாழ்த்துரை

சென்னை ஆர். ஜார்ஜ் கோமகன் அவர்களின் தம்பி தற்போது 89 வயது ஆகும்பெரியவர் ஆர். ஜோன்ஸ் அவர்களின் வாழ்த்துரை.

என்னுடைய அண்ணன் சென்னை ஆர். ஜார்ஜ் (ஜார்ஜ் கோமகன்) தமது பன்னிரெண்டாவது வயதிலேயே ஈரோடு பெரியார் பகுத்தறிவுப் பாசறையில் சேர்ந்து பயிற்சி பெற்றவர். மேனாள் தமிழக முதல்வர் கலைஞரின் அணியில் நின்றவர். தந்தை பெரியாருடன் தமிழகத்தின் பல பகுதிகளுக்கும் பயணம் செய்தவர். பிறகு அண்ணல் அம்பேத்கரின் ஷெட்யூல் காஸ்ட் ஃபெடரேஷனில் சேர்ந்து அந்த இயக்கத்தின் சார்பாக 'உரிமை' பத்திரிகையில் பொறுப்பாசிரியராகப் பணியாற்றினார். பேச்சாளராக இருந்தார். தந்தை சிவராஜுடன் நெருக்கமாகப் பழகி வந்தார். பிறகு திமுகவில் இணைந்து 'பிறப்புரிமை', 'மனித உரிமை' பத்திரிகை ஆசிரியராக இருந்து பணியாற்றினார். திராவிட முன்னேற்றக் கழகத்தின் கொள்கையைச் சார்ந்த நாடகங்கள் 'மனித இதயம்', 'இலட்சிய கனவு', 'கந்தல் துணி' போன்ற நாடகங்களை நடத்தினார். திராவிட முன்னேற்றக் கழக மகளிர் அணி மாநாடு செயின்ட் மேரிஸ் அரங்கில் நடந்தது. அந்த மாநாட்டுக்குச் 'சிலம்பு', 'ஓடிவந்த வந்த இந்திப் பெண்ணே கேள்' ஆகிய நாடகங்களை நடத்தினார். எல்லா நாடகங்களுக்கும் அண்ணா, கலைஞர் கருணாநிதி தலைமை தாங்கினார்கள். டாக்டர் கலைஞர், அண்ணன் கோமகனைச் சட்டமன்ற மேலவை உறுப்பினராக ஆக்கினார்.

பல திரைப்படங்களுக்குத் திரைக்கதை வசனமும் எழுதியுள்ளார். சேலம் மாடர்ன் தியேட்டர்சிலும் பணியாற்றியுள்ளார். அவர் பத்திரிகையாசிரியராகவும் பல நாடகங்கள் நடத்தி இயக்குநராகவும் இருந்தார். பல

போராட்டங்களிலும் தன்னை ஈடுபடுத்திச் சிறை சென்றவர். இன்றைய தமிழக முதல்வர் திராவிட முன்னேற்றக் கழகத்தின் தளபதி மு.க. ஸ்டாலின் உடன் சிறையில் இருந்தவர். என் அண்ணனைப் பற்றிய செய்திகள் இன்னும் நிறைய இருக்கின்றன. வயது முதிர்வின் காரணமாக பல செய்திகள் என் நினைவுக்கு வரவில்லை.

எல்லா செய்திகளையும் முடிந்த அளவு வரைக்கும் சேகரித்துப் புத்தக வடிவில் வெளியிட உள்ள பேராசிரியர் க.ஜெயபாலன் அவர்களுக்கு எங்கள் குடும்பத்தினர் சார்பாக இதயம் கனிந்த நன்றியைத் தெரிவித்துக் கொள்கிறேன்.

அன்புள்ள

25.11.2024

ஆர். ஜோன்ஸ்

எண் *33/25*, *97*வது தெரு

*15*ஆவது செக்டார்,

கலைஞர் கருணாநிதி நகர், சென்னை - *78*

அணிந்துரை

'நம் உரிமைகளை பறித்தவர்களின் மனசாட்சிக்கு விண்ணப்பம் செய்வதால் இழந்த உரிமைகளை நாம் திரும்ப பெறமுடியாது. இடையறாத போராட்டத்தின் மூலமாகத்தான் பெறமுடியும். ஆதலால் சிங்கங்களாய் இருங்கள். ஆடுகளாய் இருக்காதீர்கள். அவை பலியிடத்தான் பயன்படுகின்றன.'

இது, நமக்கு பாபாசாகேப் அம்பேத்கர் அவர்கள் கூறிய அறிவுரை.

'அரசியல் அதிகாரம் பெறுவது மட்டுமே நம்மை முன்னேற்றத்திற்கு இட்டுச்செல்லும் திறவுகோல் என்றும் தேர்தல்களில் பங்கேற்று வெற்றி பெற்று வெகு சீக்கிரத்தில் அரசாங்கத்தை தம் மக்கள் ஆளவேண்டும் என எண்ணி பல்வேறு அமைப்புகளைக் கட்டியமைத்து வழிகாட்டினார் அண்ணலவர்.

தேச விடுதலைக்கு முன்பே ஆட்சிக்கட்டிலில் அமர்ந்தவர்கள் அவரவர் வயிற்றினை நிரப்பிக் கொண்டனரேயன்றி செடியூல்ட் மக்களாகிய நமது கவலைகள் குறித்துக் கவலைப்படவில்லை.

இதைக்கண்டு வருந்திய அண்ணல் அம்பேத்கரிய தலைவர்களில் ஒருவரான திரு.ஜார்ஜ் கோமகன் அவர்கள் 1948 வாக்கில் 'தேர்தலும் தாழ்த்தப்பட்டோரும்' என்ற தலைப்பில் ஒரு நூலை வெளியிட்டு, நம்மின மக்கள் தேர்தலில் எவ்வாறு செயல்பட வேண்டும் என்றும், 'தேர்தல் நேரத்தில் திக்குத் தெரியாமல் திணறும் பழங்குடிகளுக்குத் திசைக் காட்டியாக இச்சிறு நூல் விளங்குமென்பது என் எண்ணம்' என்றும் குறிப்பிடுகின்றார்.

'ஒரு மனிதன், ஒரு வாக்கு; ஒரு வாக்கு, ஒரு மதிப்பு' என அண்ணலால் தரப்பட்ட வாக்குரிமையை நாம் சரியான வகையில் பயன்படுத்தாதலால் தீண்டாமைக் கொடுமை

உள்ளிட்ட பொருளாதார, சமூக கொடுமைகள் நிமிடத்திற்கு நிமிடம் அதிகரித்துக் கொண்டே வருகின்றன. அவைகளை அழித்தொழிக்க வேண்டும் என்ற எண்ணம் கொண்ட பலரில் ஒருவரான அண்ணல் அம்பேத்கர் முற்போக்கு இலக்கியச் சங்கத்தின் தலைவர் முனைவர் க.ஜெயபாலன் அவர்கள் இந்நூலினை மறுபதிப்பு செய்து வெளியிட வேண்டுமெனவும் அதற்கு நான் அணிந்துரை வழங்க வேண்டுமெனவும் விரும்பினார். உள்ளபடியே இந்நோக்கில் அவர் ஏற்கனவே பல நூல்களை வெளிக்கொணர்ந்திருக்கிறார். அவருக்கு உதவியாக முனைவர் பெ. விஜயகுமார், முனைவர் எ. பாவலன், முனைவர் து. பார்த்திபன் ஆகியோர் இயங்குகின்றனர். அவர்களின் முயற்சி வெற்றியடைய நல்வாழ்த்துகளை உரித்தாக்குகிறேன்.

இந்நூலில் காணப்படும் கருத்துகளைச் சுருக்கித்தந்து, நூலை படிக்கவும், பரப்பவும் உங்களை வேண்டுகிறேன்.

‘இன்று புதிதாக கிளம்பும் கட்சிகளும் பழைய கட்சிகளும் தாழ்த்தப்பட்டோர் வாழும் பகுதிகளில் முகாம் அமைத்துத் தேர்தல் பிரச்சாரத்தை இனிப்பான முறையில் இனிது நடத்த ஆரம்பித்து விட்டனர். இது உண்மையே தவிர சிறிதளவும் பொய்யல்ல.’

‘உழுபவனுக்கே நிலம் சொந்தம்’ என்று உரத்த குரலில் இடும் உரிமை முழக்கம். இது உருப்பெற்றால் தான் பஞ்சம் பறக்கும்-நமது நெஞ்சம் குளிரும். இதை செய்யவில்லை சர்க்கார் என்று அவர் சுட்டுவது இன்றும் அப்படியே தான் இருக்கிறது.

‘பொன்னிலப் பாட்டாளிகள்!’ என்ற தலைப்பில், பூமிக்கடியில் பல மைல்களுக்குக் கீழே சென்று தங்கத்தைத் தோண்டி எடுக்கின்றனர் தங்கவயலில் உள்ள தாழ்த்தப் பட்டோர்! கையிலே ‘கார்பைட்’ லைட்டை பிடித்துக் கொண்டு, தலையிலே கூடையைக் கவிழ்த்துக் கொண்டு, அழுக்காடை தரித்துக்கொண்டு, அழகான தன் உருவத்தை அவலட்சணமாக ஆக்கிக் கொண்டு, பூமியின் கீழே சென்று தனது உயிரை ஈந்து வெளியே தங்கத்தை எடுத்துவரும் தாழ்த்தப்பட்ட தொழிலாளியின் உயிருக்கு உத்திரவாதம் என்ன?

அதுதான் போகட்டும், அவனுக்குப் போதுமான சம்பளமோ வீட்டு வசதியோ உண்டா? எட்டடி குடிசைக்குள்ளே எட்டாத பணத்தைக் கொண்டு இருண்ட வாழ்க்கை நடத்தி கொண்டு மரணத்தோடு போராடுகின்றான் சுரங்கத் தொழிலாளி. ஆனால் பல மைல்களுக்கு அப்பாலிருந்து சோப்பும், சீப்பும் விற்க வந்த 'ராபர்ட் கிளைவ்' வர்க்கமான 'ஜான் டைலர் அண்ட் கம்பெனி' பணத்தைக் குவிக்கிறது மலை மலையாக - இங்கிலாந்தில்! சுதந்திரம் பெற்ற நம் இந்தியாவில் மாற்றானின் மூலதனமா? அவன் இந்நாட்டிற்குரிய ஆதிதிராவிடரைச் சுரண்டிக் கொழுப்பதா? கூடாது! கூடாது! கூடவே கூடாது என்று கொதித்து கூறுகிறது நமது உள்ளம். இந்தச் சுரங்கம் பின்னாளில் மாநில, மத்திய அரசாங்கங்களால் நடத்தப்பட்டும், உற்பத்தி செலவு அதிகம் ஆகிறது என்ற பொய் கணக்கை கூறி, தாழ்த்தப்பட்ட கோலார் தங்கவயல் மக்களின் வாழ்க்கை உத்திரவாதமான தங்க சுரங்கங்களையும் மூடி வேடிக்கைப் பார்க்கும் பரிதாபநிலை எத்தனை பேருக்கு தெரியும்?

தோல் பதனிடும் தொழிலாளர்கள் பழங்குடிகளாய் இருப்பதால் அவர்களின் முதலாளிகள் காட்டு ராஜாக்கள்! அவர்களின் கை விரல்களே கணக்குப் புத்தகம்! கண்ஜாடையே அறிவிப்பு!! அதட்டலே சட்டம்!!! அவர்கள் ஆர்ப்பரிப்பே டிஸ்மிஸ் உத்தரவு! என்ற இந்நாலாசிரியரின் குரல் நம்மின எழுத்தாளரான திரு.அழகிய பெரியவன் அவர்களின் 'தகப்பன் கொடி' நாவலில் எதிரொலிக்கின்றது.

'சட்டசபை பொம்மைகள்!' என்ற தலைப்பில் **1946**-ம் ஆண்டில் சென்னையை ஒரு குலுக்கு குலுக்கிய B & C மில்ஸ் போராட்டத்தில் தாழ்த்தப்பட்டவர்கள் வாழுகின்ற பகுதிகளாகிய சேரிகளுக்குள் மலபார் ஸ்பெஷல் போலீஸை ஏவி மிருகத்தனமான முறையில் ஆண்கள் - பெண்கள் -முதியவர் - சிசுக்கள் என்ற எந்தவித நிலைகளையும் பாராமல் வீதிகளில் விரட்டி விரட்டியடித்த காட்சி இன்னும் நமது கண்களை விட்டு மறையவேயில்லை என்ற வரிகளை வாசிக்கும் போது, தேச விடுதலைக்குப்பின் சுதேசியரே ஆட்சிக்கட்டிலில் அமர்ந்து

அவ்வித கொடுமைகளைச் செய்வதும், சட்டசபை பொம்மைகளான உறுப்பினர்கள் 'கப்சிப் என்றிருப்பதையும் இன்றளவும் உயிரோட்டமாய் காண்கிறோம்.

நகரசுத்தித் தொழிலை தாழ்த்தப்பட்டவர்களுக்கே உரிய தொழிலாக ஆக்கி விட்டனர், சம்பிரதாயத்தைப் பேசி! விஞ்ஞான ரீதியில் நாகரீகமான தொழிலாக இதனை ஆக்கி, மதிப்பை ஏற்படுத்தி-அதிக சம்பளம் நிர்ணயம் செய்து சீர்த்திருத்த வேண்டும். அப்போதுதான் 'ஒரினம் செய்ய வேண்டும்' என்ற உடைசல் சம்பிரதாய வழக்கு சாயும் என வாசிக்கும்போது கண்மூடி பழக்கம் மண் மூடி போகவில்லையே என்ற கசப்பு ஏற்படுகின்றது.

'சிங்காரச் சென்னையில்!' என்ற அத்தியாயத்தில், ஆலயக் கதவைத் திறந்தார்களே தவிர 'கர்ப்ப கிரகத்துள்' அனுமதித்தார்களா? இந்தக் கோவில் திறப்பும் ஒரு நாள் கோலாகலம் தானே! அந்த 'ஒரு நாளில்' ஊராள்வோரும்-பிரமுகர்களும் மெச்சிக் கொள்ளத்தானே ஆலய திறப்புவிழா பயன் படுத்தப்படுகிறது என்ற ஆசிரியரின் கேள்விக்கு இன்றளவும் பதிலில்லாதது வெட்கப்பட வேண்டிய விஷயமன்றோ?

'நாடறிந்த இரகசியம்!' என்ற தலைப்பில், எந்த மதத்தின் காரணமாக சமுதாய கீழ்மட்டத்தில் தள்ளப்பட்டு - கொடுமைப் படுத்தப்பட்டு வந்தார்களோ, அந்த மதத்தின் பரிபாலனத்திலுள்ள சொத்துக்கள் அந்த மக்களைச் சமுதாய மேல்தளத்தில் உயர்த்திவிட உபயோகப் படவேண்டும். இது ஒரு பிராயச்சித்தமாக இருக்கட்டுமே! என்ற ஆசிரியரின் நம்பிக்கை, இச்சமுதாய மக்களின் பரிபாலனத்திற்கு ஒதுக்கப்பட்டு வந்த பணம் செலவழிக்காமல் திருப்பியனுப்பப் படுவதால் சிதைந்தல்லவோ போகின்றது! அதற்கு என்ன சொல்ல?

'சரி சமத்துவம்.....?' என்ற அத்தியாயத்தில், '....ஆதிதிராவிடன் ஊருக்குள் நுழைந்ததற்காக அடிக்கப்பட்டான்' - 'ஷவரம் செய்ய மறுக்கப்பட்டது' -

'கோவிலுக்குள்ளே அனுமதிக்கப்படவில்லை' இவ்வாறான மனதை உருக்கும் செய்திகள் வந்துக்கொண்டே இருக்கின்றன. இந்த ஆட்சியில் - தேசியத்திரு ஏடுகளிலேயே!! என்கிறார் நூலாசிரியர். நல்ல வேளை மலத்தை ஊட்டினான். மலத்தை குடி நீரில் கலந்தான் எனக் குறிப்பிடவில்லை. அவர் எழுதிய ஆண்டு *2023* இல்லை, *1948* அல்லவா?

'வர்ணாசிரமம் ஒழிக!' என முழக்கமிடும் ஆசிரியர், '....நெற்றி வியர்வை நிலத்தில் விழ பாடுபடவேண்டும் ஆதிதிராவிடன்' - இது ஆண்டவன் கட்டளை! '...நெற்றி வியர்வை இலையில் விழ பாடுபடவேண்டும் பார்ப்பனன்' -இது தேவ வரப்பிரசாதம்! என்ற அவலநிலையைக் கூறி, லோகாயுதவாதம் மக்களுக்கு வழிகாட்டும் மார்க்கமாக அமைய வேண்டும், ஆரிய மதகலாச்சாரம் வீழவேண்டும் என விரும்புகிறார்.

இராமாயணம், புராணம், பாசுரங்கள் ஆகிய மத சம்பிரதாயத்தைக் குறிக்கும் - காலத்தால் ஒப்புக் கொள்ளக் கூடாத 'குப்பைக் கூளங்கள்' 'இலக்கியம்' என்ற பெயரால் கற்பிக்கப்படுகின்றது மாணவர்களுக்கு. உலுத்துப்போன பழைய அடிப்படையில் அமைக்கப்பட்டிருக்கிற இன்றைய கல்வித் திட்டம் அழிக்கப்பட்டுப் புத்துலகத்திற்கான புதிய அடிப்படையில் கல்வித் திட்டம் மாற்றியமைக்கப்பட வேண்டும், எனப் 'புத்துலகக் கல்வி!' எனும் தலைப்பில் வலியுறுத்துகிறார் இந்நூலாசிரியர்.

'காட்டுமிராண்டித்தனம்' எனும் தலைப்பில், சென்னையின் நடைபாதைகளில் மனித இனத்தில் சேர்ந்த ஓர் இனம் மண் புழுவாய் வாழ்கிற - இல்லை - நெளிகிற நிலை நமக்கு மட்டுமல்ல; நாகரீக உலகத்திற்கே அவமானமாகும்! இச்சீர் கெட்ட கீழ் நிலையை இச்சர்க்கார் அகற்றுவதற்குப் பதிலாக-அங்கு வாழ்க்கை ஓட்டும் 'மனித ஜீவன்'களுக்கு வாழ வசதியான ஒரு இடத்தைக் காட்டுவதற்குப் பதிலாக அவர்களைப் போலீஸைக் கொண்டு விரட்டுகிறது ஓட ஓட-பதற பதற! என நூலாசிரியர் இன்றும் நடந்தேறும் 'சிங்காரச் சென்னை' திட்டத்தை அப்படியே படம் பிடித்துக் காட்டுகிறார்.

‘சுதந்திர ஆட்சியில்...!’ எனும் அத்தியாயத்தில், ‘அவல நிலை அழிந்து மக்களெல்லாம் துக்கமின்றி, சிக்கென்று வாழ வேண்டுமென்றால் மக்களுக்கே சகல அதிகாரங்களும் இருக்கிற புதிய ஜனநாயகக் குடியரசு அமைய வேண்டும். இன்றைய ஆட்சியில் இருப்பவர்கள் உண்மைப் பிரதிநிதிகளல்ல! வருகின்ற பொதுத்தேர்தலில் தாழ்த்தப்பட்டோரின் இதயக்குமுறலை எடுத்துக் காட்டும் இன உணர்ச்சிக் கொண்ட-எதிர்கால புத்துலகைச் சமைக்க எண்ணங்கொண்டவர்களை நாம் தேர்ந்தெடுத்துச் சட்டசபைக்கும் மத்தியசபைக்கும் அனுப்ப வேண்டும். இது நமது கடமை; பொறுப்பும்கூட! என இயம்புகிறார் இந்நூலாசிரியர்.

இறுதியில், நூலாசிரியர், ‘பண மலைகளை எதிர்ப்போம்!’ எனத் தலைப்பிட்டு, ஆட்சி மன்றத்தில் தாழ்த்தப்பட்டோரின் பிரதிநிதிகள் அநேகர் இருந்தால் தானே அவர்கள் இழிநிலையை எடுத்துக்காட்ட முடியும்? இருட்டறையில் இடர்பட்டுக் கொண்டு வதையும் அவர்களின் இன்னலை அகற்ற முடியும்? இதற்காகத்தான் பொதுத் தொகுதிகளிலும் ஆதியர் குல அபேட்சகர்கள் போட்டியிட வேண்டும் என்பது நமது விருப்பம். இன்று ஒவ்வொரு தொகுதிகளிலும் உள்ள வாக்காளர்களில் பெரும் பகுதியினர் தாழ்த்தப்பட்டவர்கள் தான். இவர்களுடைய ஓட்டுகளைப் பெற்றாலே போதும் பணமலைகளைத் தோற்கடிப்பதற்கு. எனவே தாழ்த்தப்பட்ட வாக்காளர்கள் அதிகமாக உள்ள இடங்களில் முற்போக்கு உள்ளம், புரட்சி மனப்பாங்கு, போராடும் திறன், புதுமை எண்ணம் கொண்ட தோழர்கள் போட்டியிட வேண்டும் பொதுத் தொகுதிக்கு. தாழ்த்தப்பட்டோர் அனைவரும் அந்த அபேட்சகர்களுக்குத் தங்களின் வாக்குகளை அளிக்க வேண்டும். அப்போதுதான் இழந்த நமது அரசியல் உரிமையை - பெருவாரியான பிரதிநிதித்துவ ஸ்தானங்களைப் பெற முடியும். பொது தொகுதிகளில் - ஆதி திராவிட அபேட்சகர் நிற்காத இடங்களில் - போட்டியிடும் மற்ற இன அபேட்சகர்களைத் தேர்ந்தெடுக்கும்போது முற்போக்கு இலட்சியம், தீவிர நோக்கு, புரட்சிகரக் கொள்கைக்

கொண்டவர்களையே நாம் ஆதரிக்க வேண்டும். இந்த முற்போக்குப் பணியில் தாழ்த்தபட்டோர் முன்னோடிகளாக ஓட வேண்டும் என்பதே எனது விருப்பம்; ஆசை; எண்ணம்! என்கிறார்.

அவரது விருப்பம், ஆசை, எண்ணம் நிறைவேற நம்மை நாம் அர்ப்பணித்துக் கொள்வோமாக!

24 ஜனவரி 2023
(வாக்காளர் தினம்)

துரை. ராஜேந்திரன்
தேசிய செயற்குழு உறுப்பினர்
அகில இந்திய குடியரசு கட்சி (RPI)
கோலார் தங்கவயல்.

தொகுப்புரை

மறதிக்கும் மறைப்புக்கும் நடுவிலும் சுடர்விடும் பல புதிய ஆளுமைகள்

இந்திய நாட்டில் வாழும் 80 சதவீத மக்கள் வயிறு என்னும் பெரும் பள்ளத்தைத் தாண்டவே வாழ்நாள் முழுவதும் உழைத்து உழைத்துக் காலமாகி விடுகின்றனர். அவர்களின் உழைப்புக்கேற்ற சரியான வாழ்வும் வசதியும் தல தலை முறைகளாக கனவாகவே மாறிவிடுகிறது என்றால் மிகை இல்லை.

எனவே சிறந்த கல்வியையும் வாழ்வில் ஓய்வையும் நல்ல நிலையையும் பெற்றவர்கள் அதிலும் அறிவும் ஆர்வமும் ஆற்றலும் மிக்கவர்களாக இருந்து எடுத்துரைக்கும் வல்லமையும் வாய்ந்தவர்கள்தான் குறிப்பாக அறிவாளர்கள் என்று அழைக்கப்படுபவர்கள்தான் ஒரு நாட்டின் வரலாற்றை அடுத்த தலைமுறைக்குக் கடத்திச் செல்கின்றனர்; எடுத்துத் தருகின்றனர்.

ஆனால் இந்திய மண்ணின் மிக பாதகமான அல்லது துரதிருஷ்டமான நிலை என்னவென்றால் மாற்றுச் சமயம், மாற்று இனம், மாற்று மொழி, மாற்றுச்சாதி சார்ந்த எவ்விதமான செய்திகளையும் தெரிந்து கொள்ளாத நிலையிலேயே இங்கு பெரும்பான்மை அறிவாளர்களின் நிலை உள்ளது. தான் சார்ந்த சாதியோடுதான் சமுதாயம் என்பதும் தேசம் என்பதும் ஒவ்வொருவருக்கும் உள்ளது என்ற காரணத்தினால் அங்கேயே உண்டு உறங்கி வாழ்ந்து முடிந்து மடிந்து விடுகின்றனர். வேறு எவ்விதமான அனுபவங்களையும் பெறாத அறிவாளர்களால், தாங்கள் சார்ந்த வாழ்வியல் மட்டுமே அறிவாக, கலையாக பண்பாடாக, உலகமாக, நீண்ட காலமாக கட்டி அமைக்கப் பட்டு மக்களுக்கு வரலாறு என்றும் இன்னும் பலவிதமாகவும் வழங்கப்பட்டு வருகின்றன.

இதனால் மறக்கப்பட்ட காலமறதிகளால் மறந்துபோன, வேறு விதமாகக் கூறுவது என்றால் திட்டமிட்டு அழிக்கப்பட்ட பல வரலாறுகள் மிகப்பெரும் முயற்சி எடுத்து சிந்துவெளி அகழாய்வுகள் போல கீழடி போல இன்னும் பல்வேறு பெரும் பெரும் முயற்சிகளுக்குப் பிறகுதான் மறைக்கப்பட்ட மாபெரும் வரலாறுகள் வெளியே தெரிகின்றன.

அவ்வகையில் இருபதாம் நூற்றாண்டில் வாழ்ந்த பல்வேறு ஆளுமைகள் குறித்து ‘அறியப்பட வேண்டிய ஆளுமைகள்’ என்று ஒரு தொடரைத் தொடர்ந்து முகநூலில் எழுதினோம். அதில் ஒருவராக ‘ஜார்ஜ் கோமகன்’ அவர்களைப் பற்றித் தேடி எழுதினோம்.

ஜார்ஜ் கோமகன் அவர்கள் சிறந்த பேச்சாளராகவும் சிறந்த நாடக ஆசிரியராகவும் செட்யூல்டு காஸ்ட் ஃபெடரேஷன் அமைப்பின் மிகச்சிறந்த செயல் வீரராகவும் அதே நேரத்தில் திராவிட முன்னேற்றக் கழகத்தின் மேலவை உறுப்பினராகவும் விளங்கி பன்முக சாதனைகள் புரிந்த அந்த ஆளுமை பல்வேறு பெரியோர்களின் நினைவுகளிலும் அவர் எழுதிய சிறு சிறு நூல்கள் ஆங்காங்கே துண்டு துணுக்காகவும் இருந்தன. இச்சூழலில்தான் அவரது சகோதரர் தற்போது 80 வயதைக் கடந்துள்ள திரு. ஜோன்ஸ் அவர்களோடு கலந்துரையாடி இன்னும் பல தகவல்களையும் பெற்றோம். தகவல்களைப் பெற்றோம் என்று ஒரு சிறிய வரிகளில் சொல்லிவிடலாம். ஆனால் அவரது வயது முதுமை உடல்நிலை சரியில்லாமல் இவைகளுக்கு நடுவில் பல்வேறு தகவல்களை தேடி எடுப்பதில் பல சிரமங்கள் இருந்தன.

மேலும் திரு. ஜார்ஜ் கோமகன் அவர்கள் எழுதிய தேர்தலும் தாழ்த்தப்பட்டோரும் என்ற நூலையும் அன்பிற்கினிய துரை. இராஜேந்திரன் ஐயா அவர்கள் வழங்கினார். அன்பிற்கினிய திரு. துரை. ராஜேந்திரன் அவர்கள் நல் மனமும் முன்னோர்களின் வரலாறுகள் அடுத்தடுத்த தலைமுறைக்கு எடுத்துத் தரப்பட வேண்டும் என்பதிலும் ஆர்வம் உடையவர். எனவே அவரது பெருந்தன்மைக்கு மிகுந்த

நன்றிகளைத் தெரிவிக்கின்றோம். இந்த நூலுக்கும் இனிய அணிந்துரை ஒன்றை எழுதியுள்ளார். இவை யாவற்றையும் இணைத்துச் சிறியதொரு தொகுப்பாக இச்சிறுநூல் வெளி வருகிறது.

மறைந்து போன ஆளுமைகளைக் கண்டறிந்து பல மூத்த பெரியவர்களோடு கலந்துரையாடி அவர்களின் படங்களையும் செய்திகளையும் தேடித்தேடி தொகுப்பது என்பது சாதாரணமான வேலைஅன்று. ஒவ்வொரு ஆளுமையையும் கண்டறிவதற்குள் பல முனைவர் பட்ட ஆய்வுகளை எழுதி முடித்து விடலாம் என்று கூறினால் மிகை இல்லை. ஆனாலும் இத்தகு பணிகளில் முன்னோர்களைக் கண்டறிந்து பெரியோர்களைச் சான்றோர்களைக் கண்டறிந்து உலகிற்குத் தர வேண்டும் என்ற உத்வேக உணர்ச்சியினால் இவை யாவும் விரைவாக நடந்து வருகின்றன.

அனைத்தையும் தொகுத்து நூல் வடிவில் ஆக்கியவர் அன்பிற்கினிய முனைவர் பெ. விஜயகுமார். இந்நூலுக்கு நல்லதொரு அட்டை படத்தை உருவாக்கி இருப்பவர் எழுத்தாளர் யாக்கன். மறைக்கப்பட்ட முன்னோடிகளின் வரலாற்றில் மேலும் ஜார்ஜ் கோமகன் அவர்களின் பரந்து விரிந்த வரலாற்றில் இது ஒரு துளி என்றே கூறலாம். இன்னும் அவரது வாழ்வில் நாம் அறிய வேண்டிய விரிவுபடுத்த வேண்டிய இடங்களும் களங்களும் நிறைய உள்ளன.

சாதனைகளில் சந்திப்போம்

20.11.24 முனைவர் க. ஜெயபாலன்

சென்னை - *600040*

வெளியீட்டுரை

ஐயா பேராசிரியர் க. ஜெயபாலன், 25 ஆண்டு காலமாக கல்விப் பணியில் சிறப்போடு பணியாற்றி வருபவர். கடந்த 20 ஆண்டுகளுக்கு மேலாக தொடர்ந்து கலை, இலக்கியம், சமூகம், வரலாறு உள்ளிட்ட துறைகளில் பல நூல்களை எழுதி வருகிறார். தேடி ஆராய்ந்து பல முன்னோர் நூல்களையும் மறுபதிப்புச் செய்து வருகிறார்.

2010 ஆம் ஆண்டிலேயே மகா மதுர கவிஞர் வீ.வே.முருகேச பாகவதர் என்ற நவீன தமிழ்க் கவிஞரை மீண்டும் மறு பதிப்பு செய்து தமிழ் உலகிற்கு நினைவூட்டினார்.

2014 ஆவது ஆண்டில் 'பௌத்தத் தமிழ் இலக்கிய வரலாறு' என்ற நூலில் இருபதாம் நூற்றாண்டில் பௌத்தத் தமிழ் இலக்கியத்தின் போக்குகளை விரிவாக எழுதினார்.

2022 வது ஆண்டில் 'ஒப்பீட்டு நோக்கில் பௌத்தமும் தமிழும்' என்று தமிழுக்கும் பௌத்தத்துக்குமான ஒப்புமைகளை மிகச் சிறப்பாக விளக்கி நூல் எழுதியுள்ளார். திரிபிடகத் தமிழ் நிறுவனம், தமிழ்நாடு பௌத்த சங்கம், பாபாசாகேப் அம்பேத்கர் கலை இலக்கியச் சங்கம் என்று பல்வேறு அமைப்புகளில் இணைந்தும் பொறுப்பேற்றுத் தொடர்ந்து பௌத்தத்திற்கும் தமிழுக்கும் அரும்பணி ஆற்றி வருகிறார். அவரது இந்தத் தொடர் பணியில் தற்போது ஜார்ஜ் கோமகன் என்ற தமிழகத்தின் தலைசிறந்த பேச்சாளரும் நாடகாசிரியரும் பட்டியல் இனக் கூட்டமைப்பின் முன்னோடி பேச்சாளரும் திராவிட முன்னேற்றக் கழகத்தின் மேலவை உறுப்பினருமான ஜார்ஜ் கோமகன் அவர்களைத் தேடி கண்டறிந்து வழங்கி உள்ளார்.

மேலும் ஆண்டனி கிருஷ்ணசாமி என்ற முன்னோடி தலைவர் உள்ளிட்ட பல தலைவர்களையும் கவிஞர்களையும்

அறிஞர்களையும் தேடிக் கண்டறிந்து எழுதி வருகிறார். அவரின் இத்தகு நூல்களை வெளியிடுவதில் பாபாசாகேப் அம்பேத்கர் கலை இலக்கியச் சங்கம் பெருமை கொள்கிறது.

ஐயாவுடன் இணைந்து பல நூல்களைப் பத்தாண்டுகளுக்கு முன்னரே தொகுத்துள்ளேன் என்பது மட்டுமல்ல, தற்போதும் பாபாசாகேப் அம்பேத்கரின் ஜனநாயகம் குறித்த உரைகளும் வெளிவர உள்ளது என்ற மகிழ்வையும் தெரிவித்துக் கொள்கிறேன்.

முதுமையிலும் பல செய்திகளைக் கொடுத்து உதவி வாழ்த்துரையும் வழங்கியிருக்கின்ற ஐயா ஆர். ஜோன்ஸ் அவர்களுக்கும் அவரது மகனார் பாரதி கோமகன் அவர்களுக்கும் நன்றி. அணிந்துரை வழங்கியிருக்கின்ற ஐயா துரை. ராஜேந்திரன் அவர்கள் பல ஆவணங்களைப் பாதுகாத்துப் பலருக்கும் பகிர்ந்து வரக்கூடியவர் அவருக்கும் நன்றி. இந்நூலினைப் பிழைத்திருத்தம் செய்து உதவிய ஆய்வாளர் நாகபூஷணம் அவர்களுக்கும் நன்றி.

பாபாசாகேப் அம்பேத்கர் கலை இலக்கியச் சங்கத்தின் வெளியீடுகளை அனைவரும் வாங்கி இத்தகு முற்போக்குப் பணிகளுக்கு ஊக்கமளிக்க அன்புடன் வேண்டுகிறேன்.

முனைவர் பெ. விஜயகுமார்

பொருளாளர்,

பாபாசாகேப் அம்பேத்கர் கலை இலக்கியச் சங்கம்.

I.

அடுக்கு மொழி வேந்தர் சென்னை ஆர். ஜார்ஜ் கோமகன்

(திராவிட இயக்கத்திலும் செடியூல்ட் காஸ்ட் பெடரேஷன் இயக்கத்திலும் பெரும் புகழ்பெற்ற ஜார்ஜ் கோமகன்)

இருபதாம் நூற்றாண்டில் 40களில் இருந்து 70கள் வரையில் ஏறத்தாழ 30 ஆண்டு காலம் புகழ்பெற்ற ஓர் ஆளுமை ஜார்ஜ் கோமகன் என்றால் மிகை இல்லை. அவரைப் பற்றிய வரலாறுகள் இன்றைய தலைமுறைக்குச் சுத்தமாக தெரியவில்லை என்று கூடக் கூறலாம். அப்படிப்பட்ட நிலையில் அவரது வரலாறுகளை அவரது சகோதரர் ஜோன்ஸ் அவர்கள் மூலமாகக் கேட்டு இங்கு பதிவிடுகின்றோம்.

1. பெரம்பூரில் உள்ள பி & சி மில்லில் பணியாற்றிய ரத்தின சிங், அவரது துணைவியார் லூர்து மேரி இவர்களுக்குப் பிறந்த பிள்ளைகளில் ஒருவர்தான் அடுக்குமொழி ஆர். ஜார்ஜ் கோமகன் என்று அழைக்கப்பட்ட கோமகன் ஆவார்.

2. 1933 இல் பிறந்து 1970 இல் காலமானார். ஆர். ஜார்ஜ் கோமகன் காலமாகும் பொழுது அவருக்கு வயது 47.

3. திருமணம் ஆகாமல் பொது வாழ்க்கையே தனது கடமை என்று காலம் கழித்து விட்டார்.

4. திராவிட முன்னேற்றக் கழகத்தின் சார்பில் மேலவை உறுப்பினராகவும் இருந்தவர். இவர் ஜனதாதளம் கட்சியின் சார்பில் மேலவை உறுப்பினர் பதவியைப் பெற்றிருந்தார் என்று தங்கவயல் அமரர் ஐ. உலகநாதன் அவர்கள் கூறியதாக ஐயா துரை. ராஜேந்திரன் அவர்கள் கூறுகின்றார்.

5. தந்தை பெரியாரின் பாசறையில் இளமைக் காலத்தில்

பயின்றவர் அந்தக் காலத்தில் இருந்த நட்பில் கலைஞர் மு. கருணாநிதி அவர்கள் இவரின் மீது மிகுந்த பற்று உடையவராக விளங்கினார்.

6. செடியூல்டு காஸ்ட் பெடரேஷன் பிறகு குடியரசு கட்சி என்று அண்ணல் அம்பேத்கர் தொடங்கிய இரண்டு அமைப்புகளிலும் இணைந்து செயல்பட்டவர்.

*7. 1935*இல் பிறந்த ஜோன்ஸ் அவர்கள் *88* வயதை இப்பொழுது அடைந்துள்ளார். கே.கே. நகரில் உள்ள ஐயா அமரர் பெ.சந்திரகேசன் அவர்கள் இல்லத்திற்கு எதிர் வீட்டில் தான் இவர் இருக்கிறார். இவரை விட இவரது அண்ணன் இரண்டு ஆண்டுகள் மூத்தவர்.

8. பெரியாரின் பாசறையில் மிகச் சிறந்த பேச்சாளராக *12* வயதிலேயே தமிழக அளவில் முதல் பரிசு பெற்றவர் ஜார்ஜ் கோமகன் ஆவார்.

9. மகா மதுர கவிஞர் வீ.வே. முருகேச பாகவதரும் ஜார்ஜ் கோமகனும் பம்பாயில் உள்ள ஷெடுல் காஸ்ட் பெடரேஷன், ஆதிதிராவிடர் அமைப்பினர் *1950*களில் பெரிய அளவில் வரவேற்று இருவக்கும் சிறந்த பாராட்டுக்களை வழங்கி உள்ளனர். பாகவதர் *50* ஆண்டுகள் தாண்டியவராகவும் மிக இளவயதினராக கோமகன் இருந்தபோது அனைவரும் இவரது ஆற்றலை கண்டு வியந்து பாராட்டி உள்ளனர்.

10. உரிமை பத்திரிகையில் உரிமை ரத்தினம் அவர்கள் ஆசிரியராக இருந்தபோது இவர் சிறப்பு ஆசிரியராகவும் அதில் பணியாற்றினார்.

11. இவர் பல்வேறு நாடகங்களையும் எழுதியுள்ளார். இலட்சியக் கனவு, மனித உரிமை, மனித இதயம் என்றெல்லாம் பல நாடகப் படைப்புகளை எழுதியுள்ளார்.

12. நான் மாடக் கூடல் நாயகன் என்று மிகப்பெரிய புதினம் ஒன்றையும் கல்கி இதழுக்காக அக்காலத்தில் எழுதி உள்ளார்.

13. அன்னை சத்தியவாணி முத்து அவர்கள் நடத்திய அன்னை என்ற பத்திரிகையில் சிறப்பாசிரியராகவும் இவர் விளங்கினார். அந்தப் பத்திரிகையில் வீராங்கனை வேலுநாச்சியார் என்று தொடர் நாடகத்தையும் எழுதியுள்ளார்.

14. சிந்தாதிரிப்பேட்டையில் அக்காலத்தில் புகழ்பெற்று விளங்கிய மூர்த்தி அவர்களோடு இணைந்து முழக்கம் என்ற பத்திரிகையில் இணை ஆசிரியராக இருந்தார். ராஜாஜி அக்காலத்தில் முதலமைச்சராக இருந்த பொழுது அங்கே இருந்த குடிசைப் பகுதிகளை எல்லாம் அகற்ற வேண்டும் என்று நெருக்கடி தந்தபோது போலீசுக்கும் மற்றும் எந்த வாகனங்களுக்கும் அஞ்சாமல் இவர்கள் தரையில் படுத்து உயிரையும் கொடுப்போம் என்று போராட்டம் நடத்தியதால் பின்னர் அந்தப் போராட்டம் கைவிடப்பட்டது.

15. தி.மு. கழகத்தின் சார்பில் பிறப்புரிமை என்ற வார பத்திரிகையின் பொறுப்பிலும் இவர் இருந்து பணியாற்றியுள்ளார்.

16. அன்னை சத்தியவாணி முத்து அவர்கள் தொடங்கிய 'தாழ்த்தப்பட்டோர் முன்னேற்ற கழகம்' என்ற அமைப்பில் 'மனித உரிமை' என்ற பத்திரிகை நடத்தப்பட்டது. அதன் ஆசிரியராக இவர் விளங்கினார்.

17. அன்னை சத்தியவாணி முத்துக்காக உருவாக்கப்பட்ட ஒரு மணிவிழா மலரை இவர்தான் தயாரித்தார். திருவல்லிக்கேணியில் உள்ள டிடிஎஸ் பிரிண்டர்ஸ், ஸ்டார் தியேட்டர் எதிரில் உள்ளது; அங்குதான் அச்சிடப்பட்டது. அந்த மணிவிழா மலரில் இவருடைய புகைப்படங்கள் அன்னை சத்தியவாணி முத்து அவர்களோடு இருக்கின்ற பல படங்கள் இடம்பெற்றுள்ளன. அந்த மலரையும் ஜோன்ஸ் அவர்கள் சத்தியவாணி முத்து குடும்பத்தினரிடம் தந்து விட்டார்.

18. மலேசியாவில் இருந்து வெளிவந்த 'தமிழ் முரசு' ஏடு தமிழர்கள் கோ. சாரங்கபாணி அவர்கள் நடத்தியது. அந்த ஏட்டில் ஜார்ஜ் கோமகன் அவர்கள் பற்றிய பல செய்திகளும் உரைகளும்கூட இடம்பெற்று இருக்கின்றன.

19. இந்தி எதிர்ப்புப் போராட்டமும் திமுக மகளிர் அணி நாடக விழாக்களும் - சென்னை சிங்மேரிஸ் ஹால் பாரி முனையில் உள்ளது. அங்கே இந்தி எதிர்ப்புப் போராட்ட காலகட்டத்தில் 1965களில் தி.மு.க. மகளிர் நாடக விழா நடைபெற்றது.

அதில் ‘ஓடி வந்த இந்திப் பெண்ணே கேள்’ என்று ஒரு நாடகமும் ‘சிலம்பு’ என்ற நாடகமும் ஜார்ஜ் கோமகன் அவர்களால் எழுதப்பட்டுப் பெண்களே மிக அருமையாக அந்த நாடகங்களில் நடித்தார்கள். அந்த நாடகத்தைக் கண்ட மக்கள் ஒவ்வொரு வசனங்களின் போதும் மிகுந்த கைத்தட்டலைத் தந்து மகிழ்ச்சியை வெளிப்படுத்தினர்.

நாடகங்களுக்கு நடுவர்களாக எம்.ஜி.ஆர்., கே.ஆர். ராமசாமி, எஸ்.எஸ். ராஜேந்திரன் ஆகியோர் இருந்தனர். நாடகம் முடிந்த பிறகு இந்த நாடகங்களை இயற்றிய ஜார்ஜ் கோமகன் அவர்களின் வசனங்கள் மிக அருமை, நீங்களே நடுவர்களாக இருந்து மக்களே கைதட்டி ஆரவாரம் செய்து தீர்ப்பைத் தந்து விட்டீர்கள், எங்களை விட நீங்கள்தான் சிறந்த நீதிபதிகள் என்று எழுத்தாளரையும் மக்களையும் எம்.ஜி.ஆர். அவர்கள் வாழ்த்தினார் என்பது குறிப்பிடத்தக்க செய்தி.

20. அனைத்து நாடகங்களுக்கும் கலைஞர் அவர்கள் தலைமை ஏற்றுச் சிறப்புச்செய்தார்.

இவருடைய பல்வேறு நாடகங்களுக்கும் கலைஞர் அவர்கள் தலைமையேற்றுச் சிறப்புச் செய்துள்ளார். ‘கந்தல் துணி’, ‘மனித இதயம்’ உள்ளிட்ட பல நாடகங்கள் ஆர்.ஆர். சபாவில் நடைபெறும் கலைஞர் அவர்கள் தலைமையேற்று வாழ்த்தி உள்ளார்.

21. திரை உலகப்பயணங்கள்.

பேச்சு, கவிதை, நாடகம் என்று பல துறைகளில் சாதனைப் படைத்த ஜார்ஜ் கோமகன் அவர்கள் திரையுலகத்திலும் பல்வேறு பதிவுகளைச் செய்துள்ளார்.

*22.*இவரது ‘மாற்றாந்தாய்’ என்ற நாடகம் சிறப்பாக

இருப்பதைக் கண்டு அதைத் திரைப்படமாக எடுப்பதற்கு டி.ஆர். சுந்தரம் அவர்கள் விரும்பினார். இதற்காக சேலத்திற்கு வரவழைக்கப்பட்டு ஜார்ஜ் கோமகன் அவர்களுக்குத் தங்குமிடம் எல்லா வசதிகளும் செய்து தரப்பட்டது. அங்கு கதை இலக்காவிலும் பணியாற்றியுள்ளார். ஏற்கனவே கலைஞர் உள்ளிட்ட பல திராவிட இயக்க முன்னோடிகளும் அங்கு பணியாற்றினார் என்பதனால் பலரின் தொடர்பு கோமகன் அவர்களுக்கு வாய்த்தது. இதே கதை வேறு ஒரு திரைப்படமாகவும் பானுமதி அவர்களை வைத்து சில கம்பெனியார் எடுத்ததினால் இத்திரைப்படம் எடுப்பது தவிர்க்கப்பட்டது.

23. 'வைராக்கியம்' என்ற திரைப்படம் இவர் கதை வசனம் எழுதிய டி. ஆர். மகாலிங்கம் தேவிகா ராஜஸ்ரீ முதலியவர்கள் நடித்து அந்த திரைப்படம் வெளிவந்தது.

24. 'மக்கள் திலகம்' என்று ஒரு படம் ராஜா ராணி கால படமாக எடுத்தார். அசோகன் அவர்கள் நடித்தார். ஆனால் இப்படம் வெளிவராமல் பாதியில் நின்றது.

25. சாருதாசர் என்று ஒரு படத்திற்கு எழுதினார். படம் வெளி வரவில்லை. சொந்தப்பட கம்பெனி 'மாதா பிலிம்ஸ்' என்று ஒன்றைத் தொடங்கினார். அதற்குள் அவரது உடல்நிலை கொஞ்சம் சீர் கெட்டதனால் அந்தத் தொடக்கமும் சரிப்படவில்லை.

26. அறிஞர் அண்ணாவின் தலைமையில் லட்சிய கனவு என்ற நாடகத்தை சென்னை தியாகராஜ கல்லூரியில் திரைப்பட நடிகர்கள் வளையாபதி, முத்துகிருஷ்ணன் மற்றும் சிவாஜி நாடக சபாவினர் நடித்தனர். கே.வி. மகாதேவனின் உதவியாளர் புகழேந்தி இசையமைத்தார். திரைப்பாடகர்கள் பாடல்களைப் பாடினர். இவ்வாறு அந்த நாடகம் மிகவும் புகழ் பெற்ற ஒன்றாக அன்றைக்கு விளங்கியது.

27. சென்னை பி&சி மில்லில் முருகேச பாகவதரும் கோமகன் அவர்களின் தந்தையாரும் ஒன்றாக பணியாற்றியவர்கள். அக்காலகட்டத்தில் பி&சி மில்லில் அலுவல் எழுத்தர்

பிரிவில் முருகேச பாகவதர் பணியாற்றி யுள்ளார். அவரது குடும்பமும் இரத்தினசிங் அவர்களின் குடும்பமும் அங்கே பி&சி குடியிருப்பில் ஒன்றாக இருந்துள்ளனர்.

28. பாபாசாகேப் அம்பேத்கரோடு இணைந்து பணியாற்றிய ராஜ்போச் பாரட்டலா அவர்கள் அக்கால கட்டத்தில் சென்னை வந்த பொழுது அவருக்குத் தமிழகத்தின் பல இடங்களுக்கும் சுற்றிக்காட்டி பல்வேறு செய்திகளைக் கூறுபவர்களாக உரிமை ரத்தினம் அவர்களும் ஜார்ஜ் கோமகன் அவர்களும் பள்ளிகொண்டா கிருஷ்ணசாமி அவர்களும் விளங்கினார்கள்.

29. இவ்வாறு இன்னும் பல்வேறு வரலாற்றுத் தரவுகளை ஜார்ஜ் கோமகன் அவர்களின் வரலாறு கொண்டிருக்கிறது என்பதை அவரது சகோதரர் கூறிய வார்த்தைகளின் மூலமாக காணுகிறோம். மிகப்பெரிய அரசியல் செயல்பாடுகள் கொண்டிருந்தாலும் அவரது வரலாறு அடுத்த தலைமுறைக்குத் தெரியாமல் மறைக்கப்பட்டுள்ளது என்பது மிகவும் வருத்தத்திற்குரியதாகும். இவ்வாறான வரலாறுகளை எல்லாம் எடுத்து அடுத்த தலைமுறைக்குத் தர வேண்டிய கடமை உள்ளது.

30. சென்னைக்கு கோலார் தங்க வயலில் இருந்து அய்யா சி.எம். ஆறுமுகம் மற்றும் அய்யாக்கண்ணு புலவரின் திருமகன் ஐயா உலகநாதன் உள்ளிட்டவர்கள் சென்னை வந்தால் கண்டிப்பாக ஜார்ஜ் கோமகன் அவர்களைச் சந்தித்து விட்டு செல்வார்கள்.

31 அறிஞர் அன்பு பொன்னோவியம் அவர்களும் ஜார்ஜ் கோமகன் அவர்களும் மிகவும் நெருங்கி பழகினார்கள். சில திரைப்படங்கள் எடுப்பது தொடர்பாகவும் அவர்கள் கலந்துரையாடி உள்ளனர். அதுவும் சமூக விடுதலை சார்ந்த திரைப்படத்தை உருவாக்க வேண்டும் என்று உரையாடி உள்ளனர்.

32 ஐயா சந்திரகிருஷ்ணன் அவர்களும் ஜார்ஜ் கோமகன் அவர்களோடு நெருங்கிப் பழகிய முன்னோடி ஆளுமை ஆவார்.

33. நடிகர்கள் மற்றும் உதவி என்று வந்தவர்களுக்கு ஏராளமான பேருக்கு இவர் உதவி செய்திருக்கிறார் உடல்நிலை முடியாமல் இருந்த ஒரு காலத்தில் கூட ஒரு நண்பர் ஓடி வந்து இவரை அழைத்துச் சென்று மத்திய அரசு பணி வாய்ப்புப் பெற்று இருக்கிறார் என்பதை இன்றைக்கும் மகிழ்ச்சி பெருக்கோடு ஜோன்ஸ் ஐயா அவர்கள் கூறுகிறார்.

34. அவசரநிலை பிரகடன காலத்தில் (மிசா) காலகட்டத்தில் இன்றைய முதல்வர் மு.க. ஸ்டாலின், மேயர் சிட்டிபாபு உள்ளிட்டவரோடு ஜார்ஜ் கோமகன் அவர்களும் சிறையில் இருந்தவர் என்பது வரலாறு.

35. செட்யூல்ட் காஸ்ட்பெடரேஷன் தலைவராக விளங்கிய செட்டிகுப்பம் குப்புசாமி

(இன்றைய இந்திய குடியரசு கட்சி தலைவர் செ.கு. தமிழரசன் அவர்களின் தந்தை) அவர்கள் நடத்தும் பல்வேறு கூட்டங்களில் வரவேற்புரையை செய்பவர் ஜார்ஜ் கோமகன் தான்.

36. எங்கள் தங்கம் திரைப்படத்தில் அறிஞர் அண்ணாவாக ஒரு காட்சியில் முகம் காட்டப்படாமல் நடித்தவர் இவர்தான் அண்ணாவின் குரலையும் இவரையும் வணங்கியுள்ளார்.

37. சிந்தாதிரிப்பேட்டை மூர்த்தி என்பவர் நடத்திய முழக்கம் என்ற ஏட்டின் வரலாற்றோடும் அங்கு நடைபெற்ற பல்வேறு போராட்டங்களோடும் இவர் இணைந்து செயல்பட்டார்.

38. ராவ் பகதூர் என். சிவராஜ் அவர்கள் எப்பொழுதும் ஆங்கிலத்தில் தான் பேசுவார் என்பது அனைவரும் அறிந்ததே.

ஒரு முறை தந்தை சிவராஜ் அவர்கள் பங்கேற்ற கூட்டத்தில் தேனொழும் தமிழில் ஜார்ஜ் கோமகன் அவர்கள் உரையாற்றிய பிறகு மக்களின் ஆரவாரத்தைக் கண்டு கட்டிப்பிடித்து நெற்றியில் முத்தமிட்டு ‘என் மகன் ஜார்ஜ் கோமகன் போல் யார் பேச முடியும்’ என்று தந்தை சிவராஜ் அவர்கள் வாழ்த்தி உள்ளார்.

39. நெஞ்சன் ஆரிய சங்கரன் உள்ளிட்ட பல்வேறு தலைவர்களும் ஜார்ஜ் கோமாளிகளின் ஆளுமைகளை கண்டு அவரது உரையாற்றல் திறமையை கண்டு அடைத்து பேச வைத்துள்ளனர்.

40. கோமகன் தியேட்டர்ஸ் என்று தனது நாடகக் குழுவின் பெயரை வைத்துள்ளார். கவுண்டமணி கல்லாப்பட்டி சிங்காரம் உள்ளிட்ட பல நடிகர்களும் இவரிடம் வந்து வாய்ப்புகள் கேட்டு நாடகங்களில் நடித்து பிறகு வளர்ந்தனர் என்பது குறிப்பிடத்தக்கது.

41. பட்டினப்பாக்கம் மலையப்பன் தெருவில் குடியிருந்தபோது அங்கே திரை உலகின் பல்வேறு ஆளுமைகளும் இருந்தனர். இவரும் அங்கே வாழ்ந்து பல்வேறு சாதனைகளைப் புரிந்தார்.

42. எம். ஆர். ராதா அவர்கள் வீட்டுக்கு அருகில் எல்லாம் சாலையில் ஸ்டண்ட் சோமு அவர்களின் வீட்டில் ஜார்ஜ் கோமகன் அவர்கள் கலைஞர் அச்சகம் என்ற அச்சகத்தை நடத்தி வந்துள்ளார்.

43. 14 ஆகஸ்ட் *1978*ல் இவர் காலமாவதற்கு முன்னர் சென்னை ராயப்பேட்டை மருத்துவமனையில் உடல்நிலை சரியில்லாத பொழுது ராணிப்பேட்டை பின்னாளில் எம்பியாக இருந்த ஜெயராமன் அவர்கள் இன்னும் பேராசிரியர் அன்பழகன் அவர்கள் இன்னும் பல்வேறு அரசியல் ஆளுமையாளர்கள் அங்கே சென்று இவர் எவ்வளவு பெரிய ஆள் இவரை சரியாக மருத்துவர் உதவிகள் செய்யுங்கள் என்று கண்டித்துச் சென்றனர்.

பின்னர் பெரிய ஆஸ்பத்திரிக்ககு அழைத்துச் செல்லப்பட்டு மருத்துவ உதவிகள் செய்யப்பட்டன.

44. இன முழக்கம் என்று பெங்களூரில் நடத்தப்பட்ட பத்திரிகைகள் கூட ஐயா கோமகன் அவர்களின் பங்களிப்பு இருந்ததை பலர் கூறுகின்றனர்.

45. ஐயா அவர்கள் மறைவு பெற்ற பொழுது கலைஞர் அவர்கள் தந்தி அனுப்பியுள்ளார் எம்ஜிஆர் அவர்கள் பட்டினப்பாக்கத்தில் அப்போது இருந்த ஜார்ஜ் கோமகன் அவர் வீட்டிற்கு நேரடியாக வந்து விட்டார் பல்வேறு அரசு அதிகாரிகளும் வந்து இறுதிச்சடங்கு செய்தனர் அம்மாவின் கையைப் பிடித்துக் கொண்டு என்ன வேண்டும் என்று அன்றைய தமிழக முதல்வர் எம்ஜிஆர் கேட்டபோது எதுவும் வேண்டாம் எனது பிள்ளையை பத்திரமாக கீழ்ப்பாக்கம் இடுகாட்டில் தகனம் செய்தால் போதும் என்று அம்மையார் அவர்கள் கூறியுள்ளார்.

46. ஒருமுறை மயிலாப்பூர் பைனான்ஸ் கிளப்பில் ராம அரங்கண்டல் அவர்களுக்காக தேர்தல் நிதிக்காக நடத்தப்பட்ட கந்தல் துணி இந்த நாடகம் நடத்தப்பட்டது மனோரமா அவர்களின் கணவர் எஸ்.எம். ராமநாதன் நாயகனாக நடித்தார். மலையாள நடிகர் ரமேஷ் என்பவர் திமுக பெற்றாளராகவும் மனோரமா அவர்களின் கணவர் எஸ்.எம். ராமநாதன் கம்யூனிஸ்ட் தீவிரவாதியாகவும் நடித்த அந்த நாடகம் நடந்து கொண்டிருந்த பொழுது கலைஞர் தலைமை ஏற்று இருந்தார். நாடகம் நடந்து கொண்டே இருக்கும் பொழுது ரமேஷ் என்ற நடிகர் மீது மற்றவர்கள் அடிப்பது போன்ற காட்சிகள் உண்மையாகவே அவருக்கு அடிபட்டு மூக்கில் ரத்தம் சொட்டியது. ஆனால் அந்த ரத்தத்தோடு அவர் நடிக்க விரும்பினார். ஆனால் கலைஞர் நாடகத்தை நிறுத்த சொல்லி அவரை மருத்துவமனைக்கு அழைத்துச் சென்று பிறகு அழைத்து வந்தனர். மக்கள் அனைவரும் ஆர வாரத்துடன் நாடகத்தைக் கண்டு களித்தனர். கலைஞர் அவர்கள் தனது நிறைவுறையை ஆற்றும் பொழுது கோமகன் அவர்களின் வசனம் ஒவ்வொன்றும் என்னை கவர்ந்து விட்டது. சேற்றில் நட்ட கொம்பு எந்தப் பக்கம் சாயுமோ என்ற ஒரு வசனம் எழுதியிருக்கிறார். மிக அருமையாக எழுதியிருக்கிறார். இதை பாராட்டி பிறகு முரசொலியிலும் கலைஞர் எழுதியதாக செய்திகள் உள்ளன.

47. மயிலாப்பூர் தேரடியை எதிரே உள்ள ஆர்.ஆர். சபாவில் மனித இதயம் என்ற நாடகத்தையும் நடத்தியவர்.

48. புலமைப்பித்தனைத் திரை உலகிற்குக் கொண்டு வந்தவர். செங்கை சிவம் என்பவரை அரசியலுக்குக் கொண்டு வந்தவர். இன்னும் ஜேபிஆர் சா கணேசன் உள்ளிட்ட பலரோடு தொடர்பு கொண்டு பலருக்கு வழிகாட்டியும் வந்துள்ளார். நாஞ்சில் மனோகரன் அவர்களும் இவருக்கு நெருங்கிய நண்பராக விளங்கியுள்ளார்.

49. இவரின் வாழ்வின் வழி என்ற நாடகம் குடும்ப கட்டுப்பாடு பற்றி எழுதப்பட்டதாகும்.

50. 'காய்க்கும் மரம்' என்ற நாடகம் சிறு சேமிப்பு பற்றிய நாடகமாகும். இதைப் படம் ஆக்க வேண்டும் என்று அறிஞர் அண்ணா அன்றைக்குக் கூறியுள்ளார். எம்ஜிஆர் அவர்கள் சிறுசேமிப்புத் துறையின் துணைத்தலைவராக காலத்தில் விளங்கினார் என்பதும் குறிப்பிடத்தக்கது.

51. இவர் மயிலாப்பூர் ஜார்ஜ் என்று அழைக்கப்பட்டார். மயிலாப்பூர் என்றும் இவரை குறிப்பிடுவார்கள்.

52. மத்திய அமைச்சராக விளங்கி தலித் சாகித்ய அகாடமி மூலம் அயோத்திதாச பண்டிதரின் சிந்தனைகளையும் பௌத்த மறுமலர்ச்சி பணிகளையும் மறு பதிப்பாக எடுத்துக கொடுத்த தலித் எழில் மலை அவர்களின் பணிகளுக்கு மிகவும் ஊக்க சக்தியாக விளங்கிய முன்னோடிகளில் ஒருவர் ஜார்ஜ் கோமகன் என்றால் மிகை இல்லை. இதைப் பற்றி மேனாள் மத்திய அமைச்சர் அமரர் தலித் எழில் மலை அவர்கள் கூறுகின்ற வாசகங்கள் பின்வருமாறு:

'உங்களோடு ஒரு நிமிடம்!

அடிமைக்கு நண்பன் ஆண்டைக்குத் தோழன் ஜாதி ஏற்றத் தாழ்வை நியாயப்படுத்தியவர், தீண்டாத மக்களின் சுகத்திற்கும், துயரத்திற்கும் அவர்களின் தலையெழுத்து கர்மவினையே காரணம் என்று ஏமாற்றியவர் காந்தியார். ஒரு நாடு இன்னொரு நாட்டை அடிமைப் படுத்திடுவது குற்றமென மாரடித்து தூள்கிளப்பும் காந்தியார் ஒரு சாதி இன்னாரு சாதியை அடிமைப்படுத்துவதை, அடக்கியாளத் துடிப்பதை

நியாயமென்று சொல்வது பம்மாத்து வேலையல்லவா? சாதி அமைப்பு சனாதன தர்மம் நித்தியமானது நீடித்திருக்கக்கூடியது தெயவீகமான தென்பது அறிவுலகத்துக்கு அடுக்குமா?

அறிவுலகத்துக்கு அடுக்காத மவுடீக (அறியமை) கருத்துக்களைத் தகர்த்து மண்ணின மைந்தர்களின் விடுதலைக்காக மாளாது போரிட்டவர் அம்பேத்கர்

என்று நெஞ்சுருக தொடர்ந்து அவர் பேசினார். அவர் பேச்சுக்கு ஆதாரமாக கையிலிருந்த புத்தகத்திலிருந்து அவ்வப்போது சில பகுதிகளைப் படித்து விளக்கினார். சுமார் ஒருமணி நேரம் இந்தச் சொற்பொழிவு நிகழ்ந்தது சென்னை (உயர்நீதிமன்றத்திற்கெதிரிலுள்ள) மாடர்ன் கேப் திறந்த மாடியில் ஓர் மாலை வேளையில் இந்நிகழ்ச்சி நடைபெற்றது. தலித் சமுதாய அரசு ஊழியர்கள் குழுமி இருந்தனர். மேலவை உறுப்பினராகியிருந்த ஒருவருக்குத் தேநீர் கொடுத்து உபசரிக்கக் கூடி இருந்தனர். அவர் பேசி அமாந்தவுடன் நான் அவரை அணுகி அது என்ன புத்தகம் கொஞ்சம் பார்க்கலாமா? என்றேன். என்னை ஏற இறங்கப்பார்த்த அவர் கொஞ்சம் தயக்கத்தோடு அந்தப் புத்தகத்தை நீட்டினார். வெளியீட்டு விவரங்களைக் குறித்துக் கொண்டு நானும் அந்தப் புத்தகத்தைத் திருப்பிக் கொடுத்தேன். அந்த ஒரு மணிநேர சொற்பொழிவும் அந்தப் புத்தகத்தின் தலைப்பும் என்னைப் பெரிதும் பாதித்திருந்தது. மறுநாள் முதல் அந்தப புத்தகத்தைத் தேடி அலைந்தேன். ஒருவழியாக சென்னை மூர்மார்க்கெட பழைய புத்தகக் கடைக்காரர் ஒருவரின் உதவியால் அந்தப் புத்தகத்தை நான் வாங்கினேன். அலுப்பு சலிப்பின்றி ஒரே மூச்சில் அந்தப் புத்தகத்தைப் படித்தேன். மறுபடியும் படித்தேன். அந்தப் பேச்சாளர் உமிழ்ந்த நெருப்பு தீண்டாத சமூகத்தின்மீது வீழந்துள்ள வடுக்கள். எனக்குச் சம்பவித்த நிகழ்வுகள் எல்லாமும் எனக்குள் ஒரு கிளர்ச்சியை உண்டாக்கி இருந்தன.

அந்த நாள் முதலே இந்த நூலைத் தமிழில் வெளியிட இயலுமா? என நினைத்தேன். இருளை இகழ்வதைவிட அங்கே ஒளியேற்றுவதே மேல் ஒரு அடிமையிடம் அவன் அடிமை

என்பதை விளக்கிச் சொல். அவனே கிளர்ந்தெழுவான் என்பதற் கிணங்க இந்நூலைத் தமிழில் வெளியிடும் முயற்சி தொடர்ந்தது 31 ஆண்டுகளுக்குப்பிறகு அம்முயற்சி நிறைவேறுகிறது.

இந்த எளிய முயற்சிக்குத் தூண்டுகோலாய் இருந்த அந்த மேலவை உறுப்பினர் இனிய சகோதரர் ஜார்ஜ் கோமகன் மறைந்து பல வருடங்கள் உருண்டோடிவிட்டன. மாடர்ன்கேப் மாடியில் சகோதரர்களோடு நான் அவரைச் சந்தித்ததற்குப் பின் அவரைச் சந்திக்கும் வாய்ப்பே இல்லை. சென்னை மயிலைப் பகுதியைச் சார்ந்த அவர் வள்ளுவரின் வழித் தோன்றல், தேர்ந்த பேச்சாளர், தெளிந்த சிந்தனையாளர், முதிர்ந்த நாத்திகர் ஜார்ஜ கோமகன் வரைந்ததுதான் 'காகிதப்பூ' 'கந்தல் துணி'யும் அவர் எழுதியதுதான் 'பிறப்புரிமை' இதழையும் நடத்தியுள்ளார்; மறக்க முடியாதவர்

வழிதவறி கட்டவிழ்ந்த பிராணிகளைப் போல காலத்தைக் கழித்து வரும் நம்முடைய இளைஞர்கள் செய்வதற்கு எவ்வளவோ காரியங்கள் உள்ளன. இலக்கு என்ன என்று தெரியாமல் பயணம் போவது எப்படி? எதிரி யார் என்று தெரியாமல் போர் தொடுக்க முடியுமா? எதிரிகளை அடையாளப்படுத்தி இலக்கை சுட்டிக்காட்டியவர் அண்ணல் அம்பேத்கர்.

அம்பேத்கரின் படைப்புகளில் மூன்றை மிக முக்கியமானவை யெனக் குறிப்பிடலாம் 1 சாதி ஒழிப்பு 2 காங்கிரசும் காந்தியும் தீண்டாத மக்களுக்குச் செய்ததென்ன 3 புத்தரும் அவரது தம்மமும். இந்த நூல்கள் ஆய்வு செய்யும் களங்கள் வேறுபட்டவை. ஆனால் இந்தக் களங்களில் செயல்படுபவர்கள் தமக்குள் முரண்படாமல் தொடர்ந்து தமது நடைமுறைகளை மேலெடுத்துச் செல்ல வழிகாட்டுகின்றன இந்த நூல்கள்.

சாதியின் தோற்றுவாயைக் கண்டு அதன் செயல்பாடுகளை விளக்கி அதை ஒழிக்கும் வழிவகைகளைக் கூறுவது சாதி ஒழிப்பு. சமூகவியல் நோக்கில் இந்த அமைப்பைப் புரிந்துகொள்ள விரும்புகிறவர்களுக்கு வழிகாட்டுவது அந்த நூல்.

இரண்டாவதாகக் குறிப்பிடப்பட்டுள்ள ஆய்வு இந்திய அரசியலமைப்பைத் தேர்தல் முறையை அரசியல் கட்சிகளை அவை செயல்படும் முறைகளை ஆராய்ந்து தலித் மக்கள் அவற்றை எவ்வகையில் எதிர்கொள்வது. அவர்களுக்கான அரசியல்பாதை எது என்பனவற்றையும் சுட்டிக்காட்டுகிறது. மார்க்சியம் மனிதனின் ஆன்மீகத் தேவைகளைக் கணக்கில் கொள்ளாததைக் கட்டிக்காட்டியவர் அம்பேத்கர்.

சமூக அரசியல் பிரச்சனைகளுக்கான தீர்வு மட்டுமின்றி ஆன்மீகத் தேடலுக்கான தீர்வுகளையும் அண்ணல் முன்மொழிந்த நூல்தான் ‘புத்தரும் அவரது தம்மமும்.

இவற்றுள் இரண்டாவதாக அமைந்த காங்கிரசும் காந்தியும் தீண்டாத மக்களுக்குச் செய்ததென்ன என்ற இந்தப் படைப்பில் அண்ணல் தத்துள்ள விவரணைகள் ஆதாரங்கள் தீர்வுகள் அனைத்துமே இன்னும் பொருந்தக்கூடியவை. இந்த நூல் முதலில் வெளிவந்தபோது ஆறு பிரதிகள் தவிர மற்ற பிரதிகள் அனைத்தும் காந்தீயவாதிகளால் கொளுத்தப்பட்டன. இந்த நூலுக்கு ராஜாஜியும் சந்தானமும் மறுப்பு எழுதினர். மறுப்பு எழுதியதற்குச் சன்மானமாக ஒருவர் ஜெனரல் ஆனார். இன்னொருவர் கவனர் ஆனார். இத்தனைக் காலமாக இந்த நூலைத் தமிழில் கொண்டு வர வேண்டுமென்ற எண்ணம் ஈடேறாமல் போனதற்குப் பலவேறு காரணங்கள் மொழி பெயர்ப்பதில் அச்சிடுவதில் எண்ணற்ற இடர்பாடுகள். 31 ஆண்டுகால கனவு இன்று கைகூடியுள்ளது. தலித் மக்கள் மறந்து விடக்கூடாத பூனா ஒப்பந்த நாளில் இது புயல் கிளப்ப வருகிறது.

இன்றும் தலித் இளைஞர்களுக்குத் தமது சூழல் புரியவில்லை. இலக்கு எதுவென்று தெரியவில்லை. வழிகாட்ட வருபவர்களும் அண்ணலின் கருத்துக்களை அரைகுறையாய புரித்துகொண்டு அப்படியே கூறி வருகின்றனர். இந்த அவலச் சூழலை மாற்றத்தான் இந்த நூல் வெளி வருகிறது.

எம்மைப் பொறுத்தமட்டில் இம்முயற்சி இமாலய முயற்சி என்பேன் இந்த எளியவனின் முயற்சியில் இத்தனை ஆண்டுகளில் தொடர்ந்து உதவிய தோழர்களுக்கு என்ன சொல்வி

ஈடுசெய்வேன்? மொழிபெயர்த்தவர்கள் குறிப்பெடுத்தவர்கள் நகலெடுத்தவர்கள் பிழை திருத்தியவர்கள் ஒப்புநோக்கி முறைப்படுத்தியவர்களுக்கும் அச்சகத்தார்க்கும் எமது குறைவிலா நன்றி! இந்த விளைச்சலின் பலன் வெகுமக்களுக்கு உரித்தாகட்டும்'

- தலித் எழில்மலை
12.9.98

இவ்வாறு பல்வேறு வரலாறுகள் படைத்து விளங்கி இருக்கின்ற ஜார்ஜ் கோமகன் அவர்களின் விரிந்த வரலாற்றை சிறந்த ஒரு நூலாக உருவாக்க வேண்டும். அதற்குப் பல்வேறு நல்லோர்களும் உதவி புரிவார்களாக.

முனைவர் க. ஜெயபாலன்
இணைப்பேராசிரியர்
தமிழ்த்துறை
அரசினர் ஆடவர் கலைக்கல்லூரி (தன்னாட்சி)
சென்னை 600035.

II

(1950களில் எழுப்பட்ட நூல்)

தேர்தலும் தாழ்த்தப்பட்டோரும்

எழுதியவர்

ஆர். ஜார்ஜ்

வெளியீடு

ரெட்டைமலை சீனிவாசன் நினைவு மன்றம்
மன்னன் தெரு
புழல், செங்குன்றம்

என் எண்ணம்

தேர்தல் - ஒரு சூதாட்ட அரங்கம் பணத்திலே புரளும் சீமான்களுக்கு ஏழைகளுக்கு - வறுமைச் சேற்றில் அழுந்தி, நாற்றம் எடுத்துப்போன நலிந்த வாழ்வு வாழும் சமூக கீழ்த்தள மக்களுக்கு எதிர் காலத்தை எடுத்துக் காட்டும் பளிங்குக் கண்ணாடி! சுயநலமிகள் தங்களின் சுகவாழ்வு இன்னும் சோபிதமாகுமா என்று எண்ணுவர் 'தேர்தல்' என்றவுடன்! ஏழைகள் தங்கள் இன்னல் நிலை நீங்குமாவென்று ஏக்க கனவு காணுவர்!

இந்த இதய ஆசை எண்ணமாக உருப்பெற்றுத் தங்களின் ஜீவாதார உரிமையான வாக்குகளை அளிக்கும் போது தங்கள் வாழ்வை வளமாக்குவர் - நாட்டை சீர் செய்வர் - சமுதாயத்தைச் சமன்செய்வர் என்ற கருத்தோடு 'ஓட்'டளிக்கின்றனர் அபேட்சகர்களுக்கு. இந்த நிலையில் தான் - இந்த நோக்கத்தோடுதான் காங்கிரஸ் அபேட்சகர்களுக்கு 'ஓட்'டளித்தனர் மக்கள் அன்று!!

மக்களின் இதய வேட்கை,எதிர்காலத்தைப் பற்றி அவர்கள் கண்ட கனவு தேய்ந்த ஓவியமாயிற்று! ஈடேறவில்லை மக்களின் இன்பக்கனவு! வருகிற பொதுத்தேர்தலிலும் மக்கள் ஏமாறக்கூடாது - குறிப்பாக பாமரராய் வாயில்லா பூச்சிகளாய் வாழும் இந்நாட்டின் பழங்குடிகளாகிய தாழ்த்தப்பட்டவர்கள் ஏமாறக்கூடாது என்பதே எமது எண்ணம் - இதய நினைப்பு. இந்த நினைப்போடு உருப்பெற்றதுதான் 'தேர்தலும் தாழ்த்தப்பட்டோரும்' என்ற இச்சிறு புத்தகம். தேர்தல் நேரத்தில் திக்குத்தெரியாமல் திணறும் பழங்குடிகளுக்குத் திசைக் காட்டியாக இச்சிறு நூல் விளங்குமென்பது என் எண்ணம்.

எனது எண்ணத்தைப் பூர்த்தியாக்கும் வகையில் இச்சிறு நூலைப் புத்தகவடிவில் கொணர்ந்த புழல் செங்குன்றம் ரெட்டமலை சீனிவாசன் நினைவு மன்றத்தாருக்கு எனது நன்றி.

இது எமது முதல் முயற்சி; வெற்றி நீங்கள் காட்டும் அன்பில், ஆதரவில்தான் இருக்கிறது!

அன்பன்
ஆர். ஜார்ஜ்

1. தேர்தலும் தாழ்த்தப்பட்டோரும்

'சுதந்திர இந்தியா' என்று பேசப்படும் - வர்ணிக்கப்படும் ராம ராஜ்ய சர்க்கார் தங்களை உலக நாடுகளிடத்தில் 'சுதந்திர ஜனநாயக குடியரசு' என்று விளம்பரப்படுத்திக் கொள்வதற்காக இந்திய அரசியல் சட்டத்தில் வயது வந்தோரர் அனைவருக்கும் வாக்குரிமை என்ற ஒப்பாரி உரிமையை வழங்கி பொதுத் தேர்தலை ஜனவரியில் நடத்த முன்வந்துள்ளது.

'பொதுத்தேர்தல்' என்ற செய்தி திட்டவட்டமாக தெளிவாகு முன்பே தேர்தல் பிரசாரத்தில் - ஆள்பிடிக்கும் பணியில் - குருட்டு கும்பல்களைத் திரட்டும் திருவளையாடலில் இறங்கிவிட்டது இன்றைய காங்கிரஸ் கட்சி. மண்ணோடு மண்ணாய் மாண்டு மறைந்துப்போன மகா கனங்கள் கட்சிகளும், அரசியலில் துறவு பூண்டவர்களும், அட்ரஸ் தெரியா பேர்வழிகளும், அனாமதேய பிறப்புகளும் புதுப்புதுப் பெயரில் புதியபல கொள்கைகளைக் கூறிக் கொண்டு புறப்பட்டு விட்டனர். பழைய ஏகாதிபத்திய தாஸர்கள் புதிய முலாம் பூசிக்கொண்டு அலங்கார பூபதிகளாகக் காட்சியளிக்கின்றனர் மக்கள் முன்பு.

இன்று புதிதாகக் கிளம்பும் கட்சிகளும், பழைய கட்சிகளும் தாழ்த்தப்பட்டோர் வாழும் பகுதிகளில் முகாம் அமைத்து தேர்தல் பிரச்சாரத்தை இனிப்பான முறையில் இனிது நடத்த ஆரம்பித்து விட்டனர். இந்நிலையில் நைந்து நலிந்துப் போன தாழ்த்தப்பட்ட மக்கள் தெளிவில்லாமல் திணரு கிறார்கள்; திகைக்கின்றனர் திசைத் தெரியாமல்! அன்று காங்கிரஸ் செய்த தேர்தல் பிரச்சாரம் ராஷ்டிரபதிகள் கொடுத்த மகோன்னத வாக்குறுதிகள் ஆடிக்காற்றில் அடித்துச்செல்லும் சருகாக ஆகிவிட்டதை நடைமுறையில் நாட்டு மக்கள் அறிந்துக் கொண்டனர். அறிந்துகொள்ளும் அரிய வாய்ப்பைக் காங்கிரஸ் ஆட்சி அளித்துள்ளது. நமக்கு மட்டும் அல்ல; நாட்டிலுள்ள பொது மக்களுக்கும்.

சில சலுகைகளை இந்தியர்க்கு அளித்து அதன் மூலம் கொழுந்து விட்டு எரிந்த புரட்சித் தீயை அணைத்து பிரிட்டிஷ் ஏகாதிபத்தியத்திற்கு அழிவு ஏற்படாமல் பாதுகாப்பதற்காக ஹீயூம் என்ற வெள்ளையரால் ஆரம்பிக்கப்பட்ட காங்கிரஸ் கட்சி, மக்கள் தலைவர்கள் என்று கூறப்பட்ட தேசியத் தலைவர்கள் கரத்தில் சிக்கி, பாரம்பரியமாக வளர்ந்து வந்த தீவிர இளைஞர் கொடுத்த சுதந்திர கோஷத்தோடு கலந்து, பெருவாரியான இந்திய மக்கள் எண்ணத்தைப் பிரதிபலிக்கும் கட்சியாக பரிணமித்தது பரங்கியர் பயப்படும் வண்ணம்! அன்று காங்கிரஸ் செய்த சுதந்திர முழக்கம் பல இளைஞர்களின் நரம்புகளை முறுக்கேற்றி இரத்தத்தில் சூடேற்றி, தியாகப் பலிபீடத்தில் அவர்கள் காவு கொடுத்தது. கணக்கற்றவர்கள் காரக்கிரகம் புகுந்தனர். எண்ணற்ற வீரர் ஏகாதிபத்தியத்தின் கொடுங்கோன்மையை எதிர்த்து இன்னல்களை அணைத்து தடியடிகளைக் தாங்கி, துப்பாக்கி ரவைகளை உடலில் ஏற்று உயிரை ஈந்தனர். நாட்டிற்கு இந்நாட்டின் சுதந்திரத்திற்கு, இது தியாக முத்திரை பதிந்த சுதந்திர சரிதம் இந்த வரலாறும், சுதந்திர கோஷமும் இந்தியா விடுதலையடைய வேண்டுமென்ற ஆர்வமும், புது வாழ்வு பெற வேண்டுமென்ற துடிப்பும், புத்துணர்ச்சியும் இந்நாட்டோருக்கு ஏற்பட்டதால் காங்கிரசுக்கு ஓட்டு போட்டனர் அன்று.

நெடுங்காலம் இந்தியாவைத் தனது இரும்புப் பிடியில் இறுக்கி வைத்துக்கொண்டு, இந்தியர்களின் இரத்தத்தை இரக்கமின்றி சுரண்டி கோடி கோடியாகப் பொருளைத் தன் நாட்டிற்கு எடுத்துச் சென்று - இந்நாட்டிலுள்ள இந்தியரை நிரந்தர அடிமைகளாக வைத்துக்கொள்ள ஆதிபத்திய ஆசைக்கொண்டிருந்த ஆங்கிலேயத்தை அகற்றியே தீர வேண்டும் என்ற சுதந்தர ஆவேசவேகம்-புத்துணர்வு பாய்ச்சல் காங்கிரஸ் காட்டிய தவறான பாதைகளையும் பின்பற்றச் செய்தது மக்களை. எனவே தான் தேர்தலுக்கும் காங்கிரஸ் சார்பாக கழுதையை நிற்கவைத்தாலும் மகிமைப்பொருத்திய மஞ்சள் பெட்டிக்கே ஓட்டுப்போடுவோம் என்றனர். அதன் விளைவுதான் காங்கிரஸ் அரச பீடம் ஏறியது; அதிகாரமாற்றம்

*ஏற்பட்டது! .....ஆடுவோமே பள்ளு பாடுவோமே ஆனந்த சுதந்திரம் அடைந்து விட்டோமென்று' ஆடிப்பாடி ஆர்ப் பரித்ததெல்லாம் **1947** ஆகஸ்டு **15**-ல் ஏற்பட்ட இந்த அதிகார மாற்றத்துக்குத் தான்!*

■

2. நம்பிக்கை தரும் நண்பன்!

'பிரிட்டீஷ் ஏகாதிபத்தியம்' - மற்ற ஏகாதிபத்தியங் களைப் போன்றதல்ல! நயவஞ்சக முடையது, நாசுக்காகத் தன் காரியத்தைச் சாதித்துக்கொள்ளும் நச்சுப் பண்புக் கொண்டது!

பார்ப்பதற்குப் பளபளப்பாக, பகட்டாகயிருக்கும் நல்லபாம்பு - அது தீண்டினால் விஷம்!

செந்தாமரை முகம், சிற்றிடை, சேல் விழி, முத்து பற்கள், மோகனமுறுவல், தித்திப்பு பேச்சு, குயில் குரல், அலைபாயும் கூந்தல், பூரித்து விம்மும் அங்கங்கள், சிவந்த அதரம், செந்நிறமேனி இவைகளை எல்லாம் செயற்கையால் வரவழைத்துக் கொள்ளும் சிங்காரி அவளிடம் சேர்ந்தால் ரோகம், மேகம் - அவள் ஒரு சர்வரோக உற்பத்திச்சாலை!

பாம்பின் விஷம், சிங்காரியின் நோய், அவளின் சாகஸம்-- இவைகளையெல்லாம் மிஞ்சக் கூடியது பிரித்தானியம். 'காமன் வெல்த்' என்ற சிலந்தி வலையில் நாடுகளைப் பிடித்துப் போடும் புன்னகைப் பூத்த ஏகாதிபத்தியம் தான் நமது இந்தியாவுக்கு நம்பிக்கைத் தரும் நண்பன்! 'காமன் வெல்த்' வலையில் நம் இந்தியாவும் விழுந்து விட்டது விடுதலை கெடுதலையாகும் வகையில்!

எந்த ஆட்சியில் இன்பத்தை, சுபீட்சத்தை, வாழ்வை மக்கள் எதிர்பார்த்தார்களோ - அந்த ஆட்சியில் துன்பத்தை, பஞ்சத்தை, சோக வாழ்வைத்தான் காண முடிந்தது,மக்கள்.

மக்கள்

'சுதந்திரம் கிடைத்தால் சுகம் பெறலாம் - இன்ப புரியில் இறுமாந்திருக்கலாம்' - இது மக்களின் இதய கோட்டை!

அவர்களின் இதய கோட்டை இடிந்து தூள்தூளாகியது. கோர வறுமை! கொடிய பஞ்சம்!! பட்டிச் சாவுகள்!!!

இவைகளைத்தான் காணமுடிந்தது. இன்பத்தை எதிர்பார்த்து ஏங்கியிருந்த இந்நாட்டோர்! பிரிட்டீஷ் ஏகாதிபத்தியம்,ஆம். அந்நியர் ஆண்ட காலத்திலாவது 'ஒரு வங்காளப் பஞ்சம்' ஏற்பட்டது. இந்த ராமராஜ்யத்தில், நம்மவர்கள் ஆளும் நேரத்தில் பல வங்கங்களைப் பார்க்க நேர்ந்தது! 'செந்தமிழ் நாடெனும் போதினிலே இன்பத்தேன் வந்து பாயுது காதினிலே' என்று தேசிய கவி பாரதியார் போற்றிப் புகழ்ந்து பாடிய வற்றாத வள முள்ள தமிழகமே வாடி விட்டதென்றால் மற்ற மாகாணங்களை விவரிப்பானேன்?

இந்தக் கொடிய கோர பஞ்சத்திற்குக் காரணமென்ன? 'வருண பகவானின் கருணையில்லை' என்று ஒப்பாரி வைக்கின்றனர் ஊராள்வோர். கரத்திலே தாளம், கழுத்திலே ஜெபமாலை, நெற்றியிலே குறி, வாயிலே பாசுரம், வழி நெடுக பஜனை, இந்நிலைக் கொண்ட 'பக்த கோடிகள்' ஏற்றுக் கொள்ளலாம் இந்தக் காரணத்தை - புளியோதரையும், பிரசாதமும் கிடைக்கும் நேரத்தில்! அவர்களுக்கும் பசி கிளம்பினால் பரமனை மறந்து பாராள்வோர்மீது பாயத்தான் செய்வார்கள்! ஆட்சியாளரின் அசிரத்தையும் கொள்முதல் செய்த இலட்சணமும், உதவாக்கரை உணவு உற்பத்தி திட்டமும்தான் இந்தப் பஞ்சத்திற்குக் காரணம்.

இந்தியாவில் ஏற்பட்டுள்ள பஞ்சத்தைத் தனக்குச் சாதகமாக்கி 'உதவி' என்ற பேரால் பொருளாதார முற்றுகையிட்டு இந்தியாவை தனது மார்க்கெட்டாகவும், ராணுவ தளமாகவும் ஆக்கிக்கொள்ள நினைத்த நாடுகளோடு 'வால்தெரு அரக்கர்களோடு' பேரம் பேசுவதிலேயே காலத்தைக் கழித்தது காங்கிரஸ் சர்க்கார். மக்கள் ஜனநாயக முற்போக்கு நாடுகளோடு ஒப்பந்தம் செய்துக்கொள்ள - உதவியைப் பெற தாமதித்தது! பஞ்சத்தைப் போக்க திராணியற்ற இந்த சர்க்கார் செய்த பெரும் தவறுகளில் இதுவுமொன்று - இல்லையென்று மறுக்க முடியாத காரணம்!

■

3. அரிஜனப் பிணங்கள்!

இப்பஞ்ச அரக்கியின் கோர இரத்த பசிக்கு - கொடிய பற்களுக்கு இரையாகி மரணத்தை முத்தமிட்டு மயானக் குழியில் தள்ளப்பட்ட மக்களில் - பெரும்பாலான பட்டினிப்பிணங்களில் 'அரிஜன பிணங்கள்' தான் அதிகம் ! செங்கற்பட்டு, திருநெல்வேலி, இராம நாதபுரம் ஆகிய மாவட்டங்களில் பட்டினியால் மாண்டவர்களில் அநேகர், தொழுதுண்டு பின் செல்லாத உழுதுண்டு வாழும் ஆதிதிராவிடர்கள்! இந்தப் பயங்கரப் பட்டினிச் சாவுகளைப் பாராள்வோர் மறைத்து வருகின்றனர் இன்றளவும்!

நாட்டில் எங்கணும் பட்டினிப் பிணங்கள் குவித்த வண்ணமிருக்க நமது மதி மந்திரிகள் டின்னர் பார்ட்டியிலே தேர்தல் பிரச்சாரத்திலே, அப்ஸரஸுகள் நடனத்திலே, ஆலய திறப்பு,விழாக்களிலே, வரவேற்பு வைபுவங்களிலே திளைப்பதை வாடிக்கையாக்கிக் கொண்டனர்! நாடு தீப்பற்றி எரியும்போது, மதுக்கிண்ணமும் மங்கையும் - அவள் மெல்லிய விரலால் அசைத்து இசைக்கும் வீணையின் நாதமும்தான் தேவையென்று, இன்பத்தில் மெய்மறந்திருந்து அழிந்த ரோம் நாட்டு நீரோ மன்னனையும் தோற்கடித்துவிட்டார்கள் நமது அமைச்சர்கள் இன்ப ரசத்திலே!

'வாரத்திற்கு ஒரு நாள் பட்டினி விரதம்'
'மரங்களை நடுங்கள் நாடெங்கும்'
'அரிசியை சாப்பிடுவது காட்டு மிராண்டித்தனம்'

இவ்வண்ணம் இதோப தேசமும், இடித்துரையும் தந்துக் கொண்டிருந்தார் முன்ஷி பெருமான் பசியென்ற கேட்டவர் களுக்கு! அவரை அப்படியே பின்பற்றினர் அவரின் சீடகோடிகள் 'நாடெங்கும் மரம் நடு விழாக்கள்' இந்த நகைப்பிற்கிடமான திட்டத்தைக்கண்டு நாடே சிரித்தது கை கொட்டி!

■

4. உழுபவனுக்கே நிலம் !

நாட்டில் பல ஆயிரக்கணக்கில் உள்ள தரிசு நிலங்களை உழுது பயிரிடும் பழங்குடி விவசாயிகளுக்குப் பகிர்ந்தளித்துப் பயிரிட முன்பணமும், வேண்டிய சாதனங்களும் தந்து 'உற்பத்தியைப் பெருக்கு' என்று உபதேசம் புரிந்திருந்தால் ஊரில் பஞ்சம் ஏற்பட்டிருக்குமா? உடலுழைப்பே இன்னதென்று அறியாத பெரு நிலக்கிழார்களிடம் - பெரு மிராசுக்களிடம் சிக்கியுள்ள நிலங்களைப் பிடுங்கி விவசாயிகளுக்குத் தந்து 'விளைவை அதிகப்படுத்துங்கள்' என்று கூறியிருந்தால் குவிந்திருக்காதா நெல்மணிகள்? ஊராள்வோர் இதைச் செய்தார்களா? இல்லையே மேட்டுக்குடி மிட்டா மிராசுகளின் மேனிகளுக்கு மெருகு ஏற்றினார்களே தவிர - அவர்கள் நலத்தில்தான் அக்கறை காட்டினார்களே யொழிய, விவசாயிகளின் நலத்தில், உயர்வில் கடுகத்தனையும் 'கருணை' காட்டவில்லையே! கடந்த கால கிஸான் மிராசுதார் போராட்டங்கள் இதனை நமக்குப் பட்டவர்த்தன மாக்கவில்லையா? நியாய வாதத்திற்காக, நியாய கூலிக்காக, நிலவுரிமைக்காக கிளர்ந்தெழுந்து அமைதியான முறையில் போராடிய அந்தப் பாட்டாளிகளைப் பயங்கர அடக்கு முறைக் கொண்டு அடக்கியது மல்லாமல் அவர்களின் உண்மைத் தலைவர்களைச் சிறைகளில் அடைத்தது 'நம்ம சர்க்கார்'. ஆனால் விவசாயிகள் அன்று முழக்கிய முழக்கம் இன்றும் ஒலிக்கிறது. அதோ! உற்று கேளுங்கள்! 'உழுபவனுக்கே நிலம் சொந்தம்' என்ற உரத்த குரலில் இடும் உரிமை முழக்கம். இது உருப்பெற்றால் தான் பஞ்சம் பறக்கும் - நமது நெஞ்சம் குளிரும். இதை செய்ய வில்லை சர்க்கார் - செய்ய தவறி விட்டனர் காங்கிரஸ் அமைச்சர்கள்!

நாட்டில் ஏற்பட்ட இத்தகைய நிலைகளால் விஷம்போல் ஏறிவிட்டது விலைவாசி ; வெகுவாக உயர்ந்துவிட்டது. வாழ்க்கைப்புள்ளி! தொழிலாளர்கள் போதிய பஞ்சப்படி இன்றி, சரியான சம்பளமில்லாமல், வேலை செய்யும் இடங்களில்

உரிமையும் கிடைக்காமல் வேதனையுறுகிறார்கள். முதலாளிக்குச் சாதகமாக பக்கமேளம் கொட்டி பாட்டாளிகளின் உரிமைப் போராட்டங்களை அடக்குமுறைகளைக் கொண்டு, கருங்காலி களை உண்டாக்கி சிதைத்து வந்திருக்கிறது காங்கிரஸ் சர்க்கார் - இன்றளவும் ! ஆனால் அவர்களின் வேதனையை, உள்ளக் குமுறலை, ஒன்றுபட்ட குரலை மதிக்கவேயில்லை சுதந்தர அரசியலார். ஏன் என்று கேட்காதீர்கள்! சிறைவாயில் காத்துக்கிடக்கிறது!! இந்நாட்டின் முக்கிய தொழில்களில் உழைப்பைச் சிந்தும் உழைப்பாளிகளில் பெரும்பகுதியினர் தாழ்த்தப்பட்ட வகுப்பினர். தோல் பதனிடுவோர், கல்லுடைப் போர், நகர சுத்தி செய்வோர், சர்க்கரை ஆலைகளிலும் பஞ்சாலை களிலும் வேலை செய்வோர், வண்டியிழுப்போர், சுரங்கத்தில் இறங்குவோர் ஆகியவர்களில் பெரும்பாலானவர்கள் தாழ்த்தப் பட்ட தொழிலாளர்கள் தான். இவர்களின் நிலை மிக மிக மோசமானது; சகிக்கமுடியாததும் கூட! இவர்களுக்கு நியாயமான கூலியோ, உரிமையோ, வேலை நிரந்தரமோ கிடையாது. வெட்டி சாய்க்கப்படுகின்றனர் வேதனைக் குழியில்! முதலாளிகளால்!

மத்திய சர்க்காரே நேரடியாக நடத்தும் துறைமுகத் தொழிலாளர்களுக்கே நிரந்தர வேலையோ, சரியான சம்பளமோ இல்லையென்றால் தனிப்பட்ட முதலாளிகளைப் பற்றிச் சொல்லவா வேண்டும்?

■

5. பொன்னிலப் பாட்டாளிகள்!

பூமிக்கடியில் பல மைல்களுக்குக் கீழே சென்று தங்கத்தைத் தோண்டி எடுக்கின்றனர் தங்கவயலிலுள்ள தாழ்த்தப்பட்டோர்!

அதோ! அந்த சீமானின் கரத்தில் 'டால்' அடிக்கிறதே அந்த மோதிரம் - அவன் அழகு மனைவி ஆபரணக்கடையாக விளங்குகின்றாளே! அந்த நகைகள் - இவைகள் எல்லாம் யாருடைய உழைப்பு ? கையிலே 'கார்பெட்'லைட்டைப் பிடித்துக்கொண்டு, தலையிலே கூடையைக் கவிழ்த்துக் கொண்டு, அழுக்காடை தரித்துக்கொண்டு, அழகான தன் உருவத்தை அவலட்சணமாக ஆக்கிக்கொண்டு, பூமியின் கீழே சென்று தனது உயிரை ஈந்து வெளியே தங்கத்தை எடுத்துவரும் தாழ்த்தப்பட்ட தொழிலாளி யுடையது! அவனின் உயிருக்கு உத்திரவாதமென்ன? அதுதான் போகட்டும்! அவனுக்குப் போதுமான சம்பளமோ, வீட்டு வசதியோ உண்டா ? எட்டடி குடிசைக்குள்ளே எட்டாத பணத்தைக் கொண்டு இருண்ட வாழ்க்கை நடத்திக் கொண்டு மரணத்தோடு போராடுகின்றான் சுரங்கத் தொழிலாளி. ஆனால் பல மைல்களுக்கு அப்பாலிருந்து சோப்பும், சீப்பும் விற்க வந்த 'ராபர்ட் கிளைவ்' வர்க்கமான ஜான் அண்டு டெய்லர் கம்பெனி பணத்தைக் குவிக்கிறது மலை மலையாக - இங்கிலாந்தில்! சுதந்தரம் பெற்ற நம் இந்தியாவில் மாற்றானின் மூலதனமா? அவன் இந்நாட்டிற்குரிய ஆதிதிராவிடரைச் சுரண்டிக் கொழுப்பதா? 'கூடாது கூடாது கூடவே கூடாது என்று கொதித்துக் கூறுகிறது நமது உள்ளம், ஆனால் நமது சுதந்திர அரசியலாரோ அவர் களுக்குக் கைலாகுக் கொடுக்கிறார்கள்! குமுறிக் கொண்டிருக்கிறார்கள் சுரங்கத்தில் வேலை செய்யும் தொழிலாளர்கள் - அதுவும் தாழ்த்தப் பட்டவர்கள்!

'தோல் பதனிடும் தொழில்' -இதற்குத் தாழ்த்தப்பட்டவர்கள் தான் தகுதியானவர்கள் என்று நினைக்கின்றது நாடு. அதனால் அந்த

வேலையில் இறங்கியிருப்பவர்களில் பெரும் பகுதியினர் பழங்குடிகள். இந்தத் தொழில் முதலாளிகள் காட்டு ராஜாக்கள்! அவர்களின் கை விரல்களே கணக்குப் புத்தகம்! கண் ஜாடையே அறிவிப்பு!' அதட்டலே சட்டம்!!! அவர்கள் ஆர்ப்பரிப்பே டிஸ்மிஸ் உத்தரவு இதைப் பற்றிக் கவலையே கொள்வதில்லை நமது காங்கிரஸ் அரசபீடம்! கூட்டுறவு முறையில் இந்தத் தொழிலை நடத்த தொழிலாளர்களே முன் வந்தும் வசதியைச் செய்து தரவில்லை - வாய்ப்பளிக்கவில்லை சர்க்கார் முதலாளிகளுக்குப் பக்கபலமாக நின்று தொழிலாளர்களின் போராட்டங்களை அடக்கு முறையைக் கொண்டு அடக்கியது 'நம்ம சர்க்கார்' தான்!

தொழிலாளர்கள் வர்க்க உணர்ச்சிக் கொண்டு போராடுகின்ற போராட்ட காலத்தில் தாழ்த்தப்பட்டவர்களைப் போராட்டத் திலிருந்து பிரிக்க - தனிமைப்படுத்த நரித் தந்திரங்களைக் கையாண்டுள்ளது இச்சர்க்கார்.

■

6. சட்டசபை பொம்மைகள்!

1946 - ம் ஆண்டில் சென்னையை ஒரு குலுக்கு குலுக்கிய B & C மில்ஸ் போராட்டத்தில் தாழ்த்தப்பட்டவர்கள் வாழுகின்ற பகுதிகளாகிய சேரிகளுக்குள் மலபார் ஸ்பெஷல் போலீஸை ஏவி மிருகத்தனமான முறையில் ஆண்கள் - பெண்கள் - முதியவர் - சிசுக்கள் என்ற எந்த வித நிலைகளையும் பாராமல் வீதிகளில் விரட்டி விரட்டி அடித்த காட்சி இன்னும் நமது கண்களை விட்டு மறையவேயில்லை! மனிதப்பண்பு, இரக்க எண்ணம், பரிதாப உணர்ச்சி எதுவுமின்றி ஏதுமறியாத ஏழைகளை - ஆதிதிராவிட தொழிலாளர் குடும்பங்களை நாய்களை அடிப்பதைப் போன்று நடுத்தெருவுக்கு விரட்டியடித்தனர். நெஞ்சு பிளக்கும் இந்நிகழ்ச்சியைப் பற்றி 'கப்சிப்' என்றிருந்து விட்டனர் காங்கிரஸ் மந்திரிகள். 'சட்டசபை பொம்மை'களாக வீற்றிருக்கின்ற காங்கிரஸ் ஹரிஜன கை காட்டிகளும் தங்களின் நிரந்தர மௌன விரதத்தை இந்த நேரத்திலும் 'அனுஷ்டித்தனர்!' சென்னை, குடியேற்றம் - முதலிய ஊர்களில் ஜீவனச் சம்பளத்திற்காகப் போராடிய நகர சுத்தித் தொழிலாளர்கள் மீதும் தங்களின் அடக்குமுறை பாணத்தை விடத் தயங்கவில்லை - காங்கிரஸ் கருணா முர்த்திகள்! நாற்றமெடுக்கும் நகரத்தை நல்ல விதமாக சுத்தம்செய்யும் அவர்கள் யார்? தாழ்த்தப்பட்ட வகுப்பைச் சேர்ந்தவர்களே ! இந்த நகரசுத்தித் தொழிலை தாழ்த்தப் பட்டவர்களுக்கே உரிய தொழிலாக ஆக்கிவிட்டனர். சம்பிரதாயத்தைப் பேசி ! விஞ்ஞான ரீதியில் நரகரீகமான தொழிலாக இதனை ஆக்கி,மதிப்பை ஏற்படுத்தி அதிக சம்பளம் நிர்ணயம் செய்ற சீர்த்திருத்த வேண்டும். அப்போதுதான் 'ஓரினம் செய்ய வேண்டும்' என்ற உடைசல் சம்பிரதாய வழக்கு சாயும்; எல்லோரும் மனிதப் பண்போடு, நாகரீகமான முறையில் பங்கேற்க இத்தொழில் வழிவிடும். இந்த நல்ல காரியத்தைச் செய்ய முன் வரவில்லை நாடாளும் நாயகர்கள் !

கல்லுடைக்கும் தொழிலாளர், வண்டியிழுப்போர், மூட்டை சுமப்போர் - ஆகிய அனைவரும் பழங்குடிகளே ! இவர்களுக்கு வேலை நிரந்தரமோ - நிலையான கூலியோ, நேர்மையான உரிமையோ எதவும் கிடையாது. இவர்களுக்குப் பெருத்த துரோகம் - பெரும் அநீதி இழைத்துவிட்டது காங்கிரஸ் சர்க்கார், இவர்கள் பிரச்சனையில் கவனம் செலுத்தாததின் மூலம்.

■

7. சிங்காரச் சென்னையில்!

அதோ ! மலைபோன்ற பெருத்த உடலை, மனித மலையை, வண்டியில் வைத்து ஒட்டி உலர்ந்து போயுள்ள மனிதன் இழுத்துச் செல்லுகின்றான்! இது சிங்காரச் சென்னையிலும் மற்றும் சில நகரங்களிலுமிருக்கும் 'கன்றாவி' காட்சி ! நாகரிக உலகையே நையாண்டிச் செய்யும் இந்தத் தொழில் நமது காங்கிரஸ் சர்க்காரில் 'சாஸ்வதம்' பெற்றுள்ளது! ஒரு நாளெல்லாம் மிருகம் போல் ரிக்ஷா இழுத்து உழைத்தும், அந்த ரிக்ஷாவின் வாடகையையே கட்ட முடியவில்லை. ரிக்ஷா தொழிலாளர்கள்! மனிதனை மனிதன் இழுக்கும் இந்தக் காட்டு மிராண்டித் தனத்தைக் கேட்டு முற்போக்கு அடைந்த நாடுகள் சிரிக்கிறது கை கொட்டி - கிண்டலாக ! விஞ்ஞான முறையில் வாகனம் அமைத்து மனிதன் இழுக்கும் நிலையை நீக்கி, அந்தத் தொழிலை சர்க்காரே நேரடியாக நடத்த வேண்டும் ரிக்ஷா இழுத்து வந்தவர்களையே அத்தொழிலில் இறக்க வேண்டும். இந்த வாகனத்தைச் செலுத்தும் தொழிலாளர் களுக்கு நியாயமான சம்பளம், போதுமான பஞ்சப்படி, லீவு வசதி, தொழில் உரிமைகள் அனைத்தும் அளிக்கப்பட வேண்டும். இதை செய்யவில்லை கைராட்டை சர்க்கார். இவ்வாறு தொழிற் பிரச்சனையில் நல்லதை செய்ய தவறிவிட்ட நாடாள்வோர் சமுதாய பிரச்சனையிலும் தங்கள் கவனத்தைத் திருப்பவில்லை சரியான முறையில்.

'ஹரிஜன' ங்களுக்கு ஏதோ அதிகமான சலுகைகளை அளித்து அவர்களைச் சமுதாய அடிதளத்திலிருந்து மேல் தளத்திற்குக் கொண்டு வந்து விட்டதைப் போன்று காங்கிரஸ் மந்திரிகளும்- அவர்களின் பிரச்சார பீரங்கிகளும் 'வெத்துவேட்டு' செய்கின்றனர்!

'கோவில் என்பது விபச்சார விடுதி' என்று நம்மால் அல்ல; அவர்கள் துதிபாடும் - உலக உத்தமர், 'மகாத்மா' என்றெல்லாம் புகழும் மறைந்த காந்தியார் அவர்களாலேயே மோசமாக வர்ணிக்கப்பட்ட ஆலயத்தைத் திறந்து, அதனுள் கல்லுருவில்

அமைந்திருக்கும் அம்மையப்பனை ஆதிதிராவிடர்களுக்குக் காட்டி விட்டதாலேயே அவர்கள் உயர்வு பெற்றுவிட்டார்கள் என்று கருதுகின்றனர் காங்கிரஸார். ஆலயக் கதவைத் திறந்தார்களே தவிர 'கர்ப்ப கிரகத்துள்' அனுமதித்தார்களா ? இந்தக் கோவில் திறப்பும் ஒரு நாள் கோலாகலம் தானே! இரவு நாடகத்திலே 'இந்திரன்' வேஷத்தில் வந்து காலையில் காசுக்குக் கையேந்தும் நடுத்தெரு நடிகனைப் போலத்தான் இந்தக் கோவில் நுழைவும்! ஆலயத்திறப்பு நடந்த அடுத்த நாள் அம்மையப்பனை தரிசிக்க ஆதிதிராவிடனுக்கு முடிகிறதில்லை. அந்த 'ஒரு நாளில்' ஊராள்வோரும் - பிரமுகர்களும் மெச்சிக் கொள்ளத்தானே ஆலயத் திறப்புவிழா பயன் படுத்தப்படுகிறது.

■

8. நாடறிந்த இரகசியம்!

'ஹரிஜனங்கள் உயர வேண்டும்' - 'ஆண்டவன் படைப்பில் பேதமில்லை' 'ஜாதி இந்துக்கள் சௌஜன்யமாக நடக்க வேண்டும்' - இவ்வண்ணம் அந்த ஒரு நாளில்தான் உரத்த குரலில் ஒய்யாரமாக, அன்று தலைமை வகிக்கும் மந்திரியார் முகத்தில் புன்சிரிப்பு படருகிறதா - கடைக்கண் நம்மீது பாய்கிறதா என்று 'சமத்துவப் பிரசங்கம்' செய்வார்கள். பேச்சு 'கரும்பாக' இனிக்கிறதே ஒழிய, இதைச் சொல்லிய செல்வர்களே சோதாத்தனத்தைச் செய்கின்றனர். அடுத்த நாளில் - வேலியே பயிரை மேய் வதைப் போல! இந்த 'நாக்கு தடுமாறிகள்' நம்மையும் நமது நாதியற்ற வாழ்வையும் சொல்வதின் மூலம் 'காட்டில் ஹரிஜன சேவாவீரர்' என்ற பெயர் எடுத்து, அந்த நல்ல பெயரை நாடாள்வோருக்கு நற்சாட்சிப் பத்திரமாகக் காட்டி பதவிபிடிக்கும் 'பர்மிட்' வாங்கும் தர்ம காரியத்தில் ஈடுபடுகிறார்கள். இது நாடறிந்த இரகசியம்!

'ஆலயத்திறப்பு' - ஒரு கேலிக்கூத்து; கண்துடைப்பு : நம் எழுச்சியை அடக்கும் கருவி; ஏமாற்றும் திட்டம்: ஏய்க்கிறவர்கள் ஏற்றம் அடைய ஒரு சாதனம்.இதனால் தாழ்த்தப்பட்டோருக்கு வளைந்த ஊசி முனையளவும் நன்மையில்லையென்று அஞ்சாமல், ஆதாரத்துடன் சொல்லுவோம், கோபுரத்தில் உச்சியில் நின்று!

மக்களின் மடமையை வளர்த்து - அறியாமையைப் பயன் படுத்த மலைமலையாகக் குவித்துள்ள பொருட்களை, மானியங்களை இந்த மக்களின் கல்வி வளர்ச்சிக்கு, வாழ்க்கை உயர்வுக்குப் பயன்படுத்தப்பட்டால் அது நியா யம் ;பொருத்தமும் கூட. எந்த மதத்தின் காரணமாக சமுதாய கீழ்மட்டத்தில் தள்ளப்பட்டு - கொடுமைப்படுத்தப்பட்டு வந்தார்களோ, அந்த மதத்தின் பரிபாலனத்திலுள்ள சொத்துக்கள் அந்த மக்களை சமுதாய மேல் தளத்தில் உயர்த்திவிட உபயோகப் படவேண்டும். இது ஒரு பிராயசித்தமாக இருக்கட்டுமே!

■

9. சரி சமத்துவம்?

'தீண்டாமையை தீய்த்துவிட்டோம்' என்று பேசுகின்றனர் காங்கிரஸார். தீண்டாமைதேவையில்லையென்று வேதமேதும் விற்பன்னர்கள் முதற் கொண்டு, வீதிகளில் கால்காசுக்குக் கட்டையையடித்துக்கொண்டு பாட்டுபாடும் 'கந்தன்' வரைதான் சொல்லுகிறார்கள். ஆனால் தீண்டாமை தீய்ந்ததா? 'எங்கும் சரிசமத்தும்' என்ற சர்க்காரின் சட்டம் இருக்கிறது - ஏட்டளவில் ! நாட்டில் நடக்கும் நிகழ்ச்சி என்ன?

'... ஆதிதிராவிடன் ஊருக்குள் நுழைந்ததற்காக அடிக்கப்பட்டான்' - 'ஷவரம் செய்ய மறுக்கப்பட்டது' - 'கோவிலுக்குள்ளே அநுமதிக்கப்படவில்லை' - இவ்வாறான மனதை உருக்கும் செய்திகள் வந்துக்கொண்டே இருக்கின்றன. இந்த ஆட்சியில் - தேசியத்திரு ஏடுகளிலேயே !!

சர்க்காரின் சட்டத்தையும் மீறி - ஆதியர்களுக்கு இன்னல் இழைக்கும் இரும்பு மனம் படைத்த சாதியர்கள் கொடுமைப் புரியில் கோலோச்சும் குரூர எண்ணம் கொண்டவர்கள் - கோணல் புத்தி, குள்ளமதிக் கொண்ட வர்கள் இருக்கிறார்கள் நாட்டில்! அவர்கள் தாழ்த்தப்பட்டவர்களுக்குச் சகல துறைகளிலும் வாழ வழிவிடாத தடை கற்கள்! இவர்கள்தான் இந்நாட்டின் பெருநிலக் கிழார்கள் - இவர்கள் கரத்தில் தான் இந்நாட்டின் நிலங்கள் சிக்கியிருக்கின்றன. அந்த நிலங்களில் தான் தாழ்த்தப்பட்டவர்கள் கொத்தடிமைகளாக - பண்ணையாட்களாக? பணியாற்றுகின்றனர் - இல்லை! இல்லை!! - வயல் மாடென உழைக்கின்றனர்! அதனால் தான் தாழ்த்தப்பட்டவர்களை இம்சிக்கின்றனர், தங்கள் இஷ்டப்படி!

■

10. வர்ணாசிரமம் ஒழிக !

இத்தகைய இழிநிலை மாறவேண்டுமானால் தாழ்த்தப் பட்டோருக்கு பொருளாதார சமத்துவமும் - சமுதாய தலைகீழ் புரட்சியும் ஏற்படவேண்டும்; சமுதாயநிலை மாற்றி அமைக்கப்பட வேண்டும் முற்போக்கு ரீதியில். அப்போது தான் தீண்டாமைதீயும்; சாயும் வர்ணாசிரமம் ! இங்கே வர்ணாசிரமம் சாய்ந்தால்தான் வர்க்க பேதமற்ற சமு தாயத்தைச் சமைக்கமுடியும். வர்ணாசிரம பேதம்தான் இந்நாட்டைப் பல ஆண்டுகாலம் பழமை புரியாக ஆக்கிக் கொண்டு சனாதன ஆட்சி நடத்தும் பார்ப்பனீயத்தை வளர்க்கும் கருவி. 'ஆண்டவன் கட்டளை' - 'தலைவிதி 'முன்வினை' - இந்தத் தடுமாற்ற தத்துவங்களெல்லாம் இதனைப் பின்தொடர்ந்துதான் வளர ஆரம்பித்தன. '...நாளெல்லாம் நெற்றி வியர்வை நிலத்தில் விழ பாடுபடவேண்டும் ஆதிதிராவிடன்' - இது ஆண்டவன் கட்டளை !

'...நெற்றி வியர்வை இலையில் விழ பாடுபட வேண்டும் பார்ப்பனன்' - இது தேவ வரப்பிரசாதம்!

'அவன் உழைத்தும் உருமாறியுள்ளானே....'

இது அவன் தலைவிதி - முன்வினை!! -

'...இவன் உழைக்காமல் வளமாக, நலமாக வழ்கிறானே..' - இது அவனின் பூஜாபலன்!

இதுபோன்று நாடு நாசமாகக் கூடிய - என்றென்றும் மேடு பள்ளமாயிருக்கக் கூடிய தத்துவங்களை எல்லாம் வளர்ப்பதற்கு - நிலைப்பதற்கு 'வர்ணாசிரமம்' என்பதைக் கருவியாக வைத்துக் கொண்டு - அதற்கு ஆதாரமாக புராணம்,சாஸ்திரம், ஸ்மிருதி, இதிகாசம் இவைகளை அமைத்துக் கொண்டது ஆரியம். இந்நாட்டில் மக்களெல்லாம் ஓரினமாக, ஒழுக்கத்தோடு வாழ

- நாடெங்கும் நலம் சூழ - ஆரிய மதகலாச்சாரம் வீழவேண்டும். விஞ்ஞான ரீதியான லோகாயுதவாதம் (Meterialism) மக்களுக்கு வழிகாட்டும் மார்க்கமாக அமையவேண்டும்.இந்த நிலை ஏற்பட்டால் நாட்டில் எங்கணும் புதிய மலர்ச்சி, புதுயுக தோற்றம், பலனுள்ள மாற்றம் காணப்படும் எத்துறைகளிலும்!

■

11. புத்துலகக் கல்வி !

'மதபேதமற்ற சர்க்கார்' என மார்தட்டி பேசுகின்றனர் இன்றைய ஆட்சியாளர். ஆனால் இன்று காங்கிரஸ் ஆட்சியிலுள்ள கல்வித் திட்டம் மத அடிப்படையிலேயே அமைக்கப்பட்டிருக்கிறது. இராமாயணம், புராணம், பாசுரங்கள் ஆகிய மத சம்பிரதாயத்தைக் குறிக்கும் - காலத்தால் ஒப்புக் கொள்ளக் கூடாத 'குப்பை கூளங்கள்' 'இலக்கியம்' என்ற பெயரால் கற்பிக்கப்படுகின்றது மாணவர்களுக்கு. உலுத்துப்போன பழைய அடிப்படையில் அமைக்கப் பட்டிருக்கிற இன்றைய கல்வித் திட்டம் அழிக்கப்பட்டு புத்துலகத்திற்கான புதிய அடிப்படையில் கல்வித் திட்டம் மாற்றியமைக்கப்பட வேண்டும். அதோடு கூட, தலைமுறை தலைமுறையாக ஒரு சமுதாயத்தைத் தாழ்த்தப்பட்ட இனத்தைப் படிக்கக் கூடாது எனத் தடைப்படுத்தி வந்துள்ளது மனு தர்மம்!. அதற்கு அனுசரனையாக அமைந்திருக்கிறது பொருளாதாரம். அதன் விளைவாக மற்ற இனத்தாரைப் போல ஆதி திராவிடர்களில் படித்தவர்களின் தொகை மிக சொற்பம்; அற்பம் என்று இதைத் தள்ளிவிட முடியாது. தாழ்த்தப் பட்டவர்களுக்குத் தனி விசேஷ சலுகைகளைக் கல்வித்துறையில் மட்டுமின்றி வாழ்க்கைத் துறையிலும் தருவதின் மூலம் தான் இதனை சரிகட்ட முடியும். இன்றைய காங்கிரஸ் சர்க்கார் அளிக்கும் சலுகைகள் வெறும் கண் துடைப்பே தவிர, வேறல்ல! இந்த சர்க்கார் அளிக்கும் 'ஸ்காலர்ஷிப்' முறையால் ஒரு சிலர் தான் கல்வியில் கடைத்தேற முடியுமே தவிர, பல ஆண்டுகள் பண்ணைகளில் 'ஆண்டே' என்று தன் உடலை மட்டுமல்ல - உள்ளத்தையும் ஒடுக்கிக் கொண்டுள்ள பெரும் பகுதியினர் கல்வியில் முன்னேற வழியில்லை வறுமையின் காரணமாக, ஆண்டையின் மிரட்டல் காரணமாக. மேல் வரப்பு, கீழ்வரப்பு என்ற பழைய எண்ணம் மறையாததின் காரணமாக பரம்பரையாக அடிமை மகன் அடிமையாகவே இருந்து

வருகிறான், இன்றளவும். ஆகவே, புதிய கல்வித் திட்ட அடிப்படையில் - பொருளாதார மாற்றமும் தேவை தாழ்த்தப்பட்டோருக்கு. இந்த முக்கிய வசதியைச் செய்து தரவில்லை காங்கிரஸ் ஆட்சியாளர்.

■

12. காட்டுமிராண்டித்தனம் !

இந்த எல்லா பிரச்சனைகளைக் காட்டிலும் சென்னையின் நடைபாதைகளில் மனித இனத்தைச் சேர்ந்த ஓர் இனம் மண் புழுவாய் வாழ்கிற -இல்லை - நெளிகிற நிலை நமக்கு மட்டுமல்ல; நாகரிக உலகத்திற்கே அவமானமாகும்! இச்சீர் கெட்ட கீழ்நிலையை இச்சர்க்கார் அகற்றுவதற்குப் பதிலாக - அங்கு வாழ்க்கை ஓட்டும் மனித ஜீவன்களுக்கு வாழ வசதியான ஒரு இடத்தைக் காட்டுவதற்குப் பதிலாக அவர்களைப் போலீஸக் கொண்டு விரட்டுகிறது ஓட ஓட - பதற, பதற.

போலீஸால் விரட்டப்பட்டு - நகராண்மைக் கழகம், சர்க்கார் இவைகளால் கைவிடப்பட்ட அந்த நடைபாதையினர் அண்மையில் சென்னை வால்டாக்ஸ் சாலையிலுள்ள சார்க்காருக்குச் சொந்தமான (P.W.D. Land) நிலத்தில் குடிசைகளைப் போட்டனர், அமைதியான முறையில் - அழகான வரிசைக்கிரமத்தோடு! இவர்கள் வளமாக நிலையாக வாழநினைப்பது 'தரித்திர நாராயண சேவா சர்க்கார்' கண்களுக்குப் பொறுக்கவில்லை போலும்! அன்று கள்ளிரவு! நித்திரா தேவியின் அணைப்பிலே மக்கள் துவண்டு கிடந்தனர். அமைதி ! பேயமைதி ! எங்கும் சூழ்ந்துக் கொண்டிருந்தது. அந்த நேரத்தில் சுமார் 7 லாரி நிறைய மலபார் போலீஸைக் கொண்டு, வீதிகளிலுள்ள விளக்குகளையெல்லாம் அணைத்து - குண்டாந்தடிகளால் பெண்களையும், ஆண்களையும், கிழவர்களையும், பச்சிளங்குழந்தைகளையும் காட்டு மிராண்டித்தனமான முறையில், தயாளசிந்தை எதுமின்றி, மனிதப்பண்பற்ற வகையில் விரட்டி விரட்டியடித்தனர் வீதிகளில் ஓடும்படி - மக்களை! அதுமட்டுமல்ல; பலரை 'அத்துமீறி உள்ளே நுழைந்தார்கள்' என்று சொத்தை சட்டத்தைக் காட்டி சிறைச்சாலைகளுக்கு அனுப்பியது இச்சுதந்தர சர்க்கார்.

■

13. சுதந்திர ஆட்சியில்...?

ஒன்று மறியாத ஏழைத் தாழ்த்தப்பட்டவர்கள் மீது வீசிய இந்தக் கொடிய அடக்கு முறையைப்பற்றி சட்ட மன்றத்தில் பேச்சு மூச்சு கிடையாது! இராணுவத்திற்கு அதிக நிதியை ஒதுக்கி, போலீஸ் மானியத்தைப் பெருக்கி 'நாட்டில் அமைதியை நிலைநாட்டுகிறோம்' என்ற வஞ்சக திறைக்குப் பின்னால் பாட்டாளிகளைப் பதைக்க பதைக்க ஏழைகளைத் துடிக்க துடிக்க தடிகளைக் கொண்டு தாக்குவதற்கும், துப்பாக்கி ரவைகளை எலும்புக்கூடுகளாக உள்ள அவர்கள் உடலுக்குள் பாயவைப்பதற்கும் மக்களின் பணம் கரியாக்கப்படுகிறது, காங்கிரஸ் ஆளுகையில்! ஆம்; அன்று பிரிட்டீஷ் ஏகாதிபத்தியத்தின் அடக்குமுறையைக் கண்டித்து 'கர்ஜனை புரிந்த கதராடைக்காரர்கள் ஆட்சியிலே தான் இந்தக் கொடிய அடக்கு முறைகள்!

நாங்கள் ஆட்சிக்கு வந்தால் நாட்டில் நலம் பெருகும் வளம் ஏற்படும் என்று வாய்ப்பறைக் கொட்டியவர்கள் ஆட்சியிலே கொடும் பஞ்சம், கொடிய அடக்குமுறை, வேலையில்லாத் திண்டாட்டம், வீடில்லா வேதனை, தண்ணீர் கிடைக்காத தவிப்பு - இன்னும் இதுபோன்ற குறைகளெல்லாம் நிரந்தர வரத்தைப் பெற்றிருக்கின்றன - இந்த ஆட்சியில்.

இந்த அவல நிலை அழிந்து மக்களெல்லாம் துக்கமின்றி, சிக்கலற்று வாழ வேண்டுமானால் மக்களுக்கே சகல அதி காரங்களும் இருக்கிற புதிய ஜனநாயகக் குடியரசு அமைய வேண்டும். மக்களின் எண்ணங்களைப் பிரதி பலிக்கக் கூடிய உண்மைப் பிரதிநிதிகள் - மக்கள் மன்றத்தில் மகத்தான செல்வாக்குப் பெற்றுள்ள சீலர்கள் அந்த அரசில் அங்கம் வகிக்க வேண்டும். தாழ்த்தப்பட்டவர்களைப் பொறுத்தமட்டில் இன்றைய ஆட்சியில் இருப்பவர்கள் உண்மைப் பிரதி நிதிகளல்ல ! காங்கிரஸ் கட்சிக்கும், மேலிடத்துக்கும் வால்

குழைத்து நிற்கும் விசுவாசிகள்! அவர்கள் கண் ஜாடைக்குக் கைத் தூக்குகிறவர்கள்! எனவேதான் பழங்குடிகளின் உரத்தகுரல் ஊராளுமன்றத்தில் ஒலிக்கவில்லை. வருகின்ற பொதுத் தேர்தலில் தாழ்த்தப்பட்டோரின் இதயக்குமுறலை எடுத்துக் காட்டும் இன உணர்ச்சிக் கொண்ட - எதிர் கால புத்துலகை சமைக்க எண்ணங்கொண்டவர்களை நாம் தேர்ந்தெடுத்து சட்டசபைக்கும், மத்தியசபைக்கும் அனுப்பவேண்டும். இது நமது கடமை ; பொறுப்பும் கூட!

■

14. ஒரே அணியில்

இப்புதிய நிலை அமைவதைத் தடுக்க 'காமராசர் கம்பெனி' வேலை செய்கிறது பலவித முறையில் - பிரமாதமான வகையில் ! மீண்டும் பொதுத்தேர்தலில் காங்கிரஸ் எந்த முறையிலாவது வெற்றிப் பெறவேண்டும் என்பதற்காக புதுப்புது கட்சிகளைக் காங்கிரஸ் தலைமையே உற்பத்தி செய்கிறது. 'காங்கிரஸ் ஆட்சி கூடாது' என்ற எண்ணம் கொண்ட மக்களைப் பல்வேறு பகுதியாக - பலவாறாக பிரிவுபடுத்திவிட்டால் தாங்கள் மிக சுலபமாக வந்து விடலாம் என்று கனவு காண்கிறது காங்கிரஸ். காங்கிரஸ் செய்யும் இந்தத் தேர்தல் 'ஸ்டண்ட்' வேலையைத் தீர்த்துக் கட்ட வேண்டுமானால் மக்கள் நலத்தில் பற்றுக்கொண்ட கொள்கை விளக்கம் கொண்ட - ஜனநாயக மக்கள் சர்க்கார் அமைய வேண்டும் என்ற அக்கரைக் கொண்ட முற்போக்குக் கட்சிகள் ஒன்றுபட்டுத் திரள வேண்டும் ஒரே அணியில்!

இந்தியாவிலுள்ள எண்கோடி தாழ்த்தப்பட்டோருக்கு ஏக ஸ்தாபனமாக இயங்கி வருவது - அவர்களின் வேதனைக்குரலை உலகத்துக்கு வெளிப்படுத்துவது 'அகில இந்திய தாழ்த்தப் பட்டோர் பெடரேஷன்'. தாழ்த்தப்பட்டோருக்கு ஏதோ சில சலுகைகள் கண்துடைப்புக்காக அளிக்கப்பட்டதே தவிர பெடரேஷனின் அரசியல் உரிமைகள் - ஜீவாதார கோரிக்கைகள் நிறைவேற்றி வைக்கப்படவில்லை இந்த சர்க்காரால். எனவே காங்கிரஸ் சார்கார் அகற்றப்படவேண்டும் என்ற பிரச்சனையில், ஜனநாயக ஜன மக்கள் சர்க்கார் அமைக்கப்பட வேண்டுமென்ற கருத்தில் தாழ்த்தப்பட்டோர் சம்மேளனம் முன்வேகத்தோடு ஓடுகிறது - முன்னணிப் படையாக இயங்குகிறது.

■

15. தீர்க்கதரிசிகள்!

மற்ற அரசியல் கட்சிகளைக்காட்டிலும் காங்கிரஸும் அதன் சர்க்காரும் ஒழியும் என்ற நம்பிக்கையில் தாழ்த்தப்பட்டவர்கள் முன்னோடிகள் மட்டுமல்ல; தீர்க்கதரிசிகளுங்கூட. ஆம்; எண்கோடி தாழ்த்தப்பட்டோரின் இதய வேந்தர், அரசியல் துறைபோய அறிஞர், விடுதலை வீரர் டாக்டர் அம்பேத்கார் 'காங்கிரஸ் எரிகின்ற வீடு - அது மணல் வீடு போல் சரிந்துக்கொண்டு வருகிறது. இன்னும் இரண்டாண்டுகளில் அது அழிந்தொழிந்தாலும் நான் ஆச்சர்யப் படமாட்டேன்' என்று சொன்னார் சில ஆண்டுகளுக்குமுன் ! வெளியே இருந்து அல்ல; பாராளுமன்றத்தில் பதவி வகித்துக் கொண்டே!

ஆகவே, காங்கிரஸ் அழியும் என்ற நம்பிக்கை நட்சத்திரம் தாழ்த்தப்பட்டோரின் இதயத்தில் முளைத்து விட் டது அன்றே! வருகின்ற பொதுத்தேர்தலில் காங்கிரஸ் மண்ணைக் கவ்வ வேண்டுமானால் முற்போக்கு எண்ணங்கொண்ட கட்சிகளெல்லாம் ஒன்று கூட வேண்டும். இந்த அணி அமைக்கும் நனிசிறக்கும் பணியில் தாழ்த்தப்பட்டோர் சம்மேளனம் முன்வரிசையில் நிற்கிறது.

காங்கிரஸ் சார்பாக 'ஹரிஜன்' என்ற அடிமைப்பட்டத்தை ஏற்றுக்கொண்டு தாழ்த்தப்பட்டோர் 'ரிஸர்வ்' தொகுதிகளில் அபேட்சகர்களாக நிற்கும் காங்கிரஸ் திசைகாட்டிகளுக்கு நல்ல பாடம் கற்பிக்க வேண்டும் தாழ்த்தப்பட்டோர்.

பொதுத்தேர்தலில் காங்கிரஸுக்கு சாவுமணியடிக்கும் 'புனிதகாரியத்தில்' தாழ்த்தப்பட்டோர் முன்னோடிகள் என்பதை வெளிப்படுத்த தாழ்த்தப்பட்டோர் சம்மேளன அபேட்சகர்களுக்குத் தங்களின் ஜீவாதாரமான வாக்குகளை அளிக்க வேண்டும். அதே போன்று பொதுத் தொகுதிகளிலும்

- பல விடங்களில் தாழ்த்தப்பட்ட இனத்தைச் சேர்ந்த அபேட்சகர்கள் போட்டியிடுகிறார்கள் பண மலைகளை எதிர்த்து! அந்த இடங்களில் தான் நாம் நமது பலத்தை - மக்கள் சக்தியின் பலத்தைக் காட்ட வேண்டும் பண மூட்டைகள் பயப்படும் வண்ணம்; அவர்கள் 'கஜானா' காலியாகும் வகையில்!

தாழ்த்தப்பட்டோருக்கென ஸ்தானங்கள் ஒதுக்கப் பட்டிருந்தும் பொதுத் தொகுதிகளிலும் அவர்கள் போட்டியிடுவது பலருக்குப் பொறாமை!! பொறாமைக் கொள்ளுகிறவர்கள் சமுதாய நிலையை மேல் நோக்காக இல்லாமல், நடுநிலைக் கண்களோடு - நாட்டின் மேல் நாட்டங்கொண்டு உன்னிப்பார்ப்பார்களேயானால் உண்மை விளங்காமற் போகாது; ஒத்துக்கொள்ளுவர் இறுதியில்!! காரணத்தை நாம் விளக்குகிறோம் கலக்கம் நீங்குவதற்காக.

■

16 அக்கிரமம் ! அநியாயம்

வாழ்வின் எல்லா பகுதிகளிலும் வளங்குன்றி - நலமின்றி வாட்டமுற்றுக் கிடக்கும் தாழ்த்தப்பட்டோருக்கு அரசியல் உரிமையான ஒதுக்கப்பட்ட ஸ்தானங்களை வழங்கியிருப்பதாக அங்கலாய்க்கின்றனர் காங்கிரஸார், ஒடுக்கப்பட்ட மக்களுக்கு ஸ்தானங்கள் ஒதுக்கியுள்ளனர் உண்மைதான்! ஆனால், நியாயப்படி அல்ல. சான்றாக சென்னை நகரை எடுத்துக் கொள்ளுவோம்!

மாகாணத்தின் தலை நகர் - மந்திரிகள், மகாகனங்கள், மாநிதி, மன்றங்கள் அனைத்தும் நடமாடும் நகரம் சென்னை. இங்கு வாழ்க்கை ஓட்டும் தாழ்த்தப்பட்டோரின் தொகை ஏறத்தாழ ஐந்து லடசம்! இந்த ஐந்து லட்சம் மக்களுக்கு 5 ரிசர்வ் ஸ்தானங்கள் அளித்திருக்க வேண்டும் நியாயப்படி ; சட்டப்படி! நாம் 5 ஸ்தானங்கள் கூட கேட்கவில்லை! 3 ஸ்தானங்கள் ஒதுக்கியிருந்தாலே போதும் ; ஓரளவு திருப்தி அடைந்திருப் போம். ஆனால் ஒரே ஒரு ரிசர்வ் ஸ்தானம் அளிக்கப் பட்டிருக்கிறது ஐத்து லட்சம் கொண்ட ஆதியர்களுக்கு! அது அநியாயம் மட்டுமல்ல; அக்கிரமமுங்கூட!

இந்த அநியாய அக்கிரமத்தைக் கண்டித்து ‘அதிக ஸ்தானங்கள் அளிக்க வேண்டும்’ என்று குரலெழுப்பி உரிமைக் கிளர்ச்சி நடத்தியிருக்க வேண்டும். ஒடுக்கப்பட்டோரின் தலைமைப் பீடங்களின் தவறிய போக்கு கிளர்ச்சிக்கு வழி கோலவில்லை - ஒடுக்கப்பட்டோரை ஒன்று கூட்டவில்லை உரிமைப் போராட்டத்திற்கு. ஆட்சி மன்றமும் அக்கரைக் காட்டவில்லை. அசிரத்தையாகயிருந்து விட்டது ஆதியர் நலத்தில்! எனவே, ஒருஸ்தானம் தென் சென்னையின் ஆயிரம் விளக்கு தொகுதியில் அளிக்கப்பட்டிருக்கிறது ‘ரிசர்வ்சீட்’ என்ற பெயரில்! இது மிகவும் பாதகமான - நியாயமற்ற முறை! சென்னை தாழ்த்தப்பட்டோரின் எண்ணங்களை எடுத்துக்

காட்ட - ஆட்சி மன்றத்தில் அறிவுறுத்த ஒரு பிரதிநிதிபோதுமா? இது உண்மை பிரதிநிதித்துவம் ஆகுமா? சிந்தித்துப்பார்க்க வேண்டும் பொதுமக்கள். இதேபோன்று இந்தியாவின் பல பாகங்களில் அநியாயமாக அளிக்கப் பட்டிருக்கிறது ஸ்தானங்கள்.

■

17. பணமலைகளை எதிர்ப்போம்!

ஆட்சி மன்றத்தில் தாழ்த்தப்பட்டோரின் பிரதி நிதிகள் அநேகர் இருந்தால் தானே அவர்கள் இழிநிலையை எடுத்துக் காட்ட முடியும்? இருட்டறையில் இடர்பட்டுக் கொண்டு வதையும் அவர்களின் இன்னலை அகற்ற முடியும்? இதற்காகத்தான் பொதுத் தொகுதிகளிலும் ஆதியர் குல அபேட்சகர்கள் போட்டியிட வேண்டும் என்பது நமது விருப்பம். இன்று ஒவ்வொரு தொகுதிகளிலும் உள்ள வாக்காளர்களில் பெரும் பகுதியினர் தாழ்த்தப்பட்டவர் கள்தான். இவர்களுடைய ஓட்டுகளைப் பெற்றாலே போதும் பணமலைகளைத் தோற்கடிப்பதற்கு.

பணபலம், பிரச்சார பலம், ஆட்சி பலம், ஆள் பலம் கொண்ட காங்கிரஸை - அதன் பொதுத்தொகுதி அபேட் சகர்களைத் தாழ்த்தப்பட்ட அபேட்சகர்கள் எதிர்க்க முடியுமா? எதிர்த்தாலும் வெற்றி காண இயலுமா? என்ற சந்தேகம் எழக்கூடும் பலருக்கு. அவர்கள் பக்கம் பண பலம் ; நம் பக்கம் மக்கள் பலம் ! நான்கு வருட அவல ஆட்சியைச் சிறப்பித்துக் கூற பிரச்சாரம் தேவைப்படுகிறது - நமக்கோ அந்த 'நல்லபணி' கிடையாது. ஆட்சி பலம் - மக்கள் சக்தி முன் சிறு துரும்பு ! ஆள் பலம் அவர்களுக்கு. அவர்கள் அத்தனை பேரும் காலிகள் - 'ஆகஸ்டு தியாகிகள்'! நம் பக்கம் உண்மை வீரர்கள் - நெஞ்சுறுதிக் கொண்ட ஆயிரமாயிரம் இளங்காளைகள் காங்கிரஸ் எதிர்ப்பு அணியில் உள்ளனர். அவர்கள் சிலர்; நாம் பலர்! அவர்களின் ஆயுதம் சூழ்ச்சி ; நமது ஆயுதம் நேர்மை நீதிக்கும் அவர்களுக்கும் நீண்ட நாள் பகை! நாம் நீதி மண்டபத்தின் காவலர்கள் - இந்த உண்மை நிலையை, நாட்டின் படப்பிடிப்பைத் தெரிந்துக் கொண்டால் அவர்களை எதிர்ப்பது சுலபம் - தோற்கடிப்பது கஷ்டமான காரியமல்ல என்பது நன்றாக புரியும்

எனவே, தாழ்த்தப்பட்ட வாக்காளர்கள் அதிகமாக உள்ள இடங்களில் முற்போக்கு உள்ளம், புரட்சி மனப் பாங்கு, போராடும் திறன், புதுமை எண்ணம் கொண்ட தோழர்கள் போட்டியிட வேண்டும், பொதுத் தொகுதிக்குத் தாழ்த்தப் பட்டோர் அனைவரும் அந்த அபேட்சர்களுக்குத் தங்களின் வாக்குகளை அளிக்க வேண்டும். அப்போதுதான் இழந்த நமது அரசியல் உரிமையை - பெருவாரியான பிரதிநிதித்துவ ஸ்தானங்களைப் பெறமுடியும். பொதுத் தொகுதிகளில் - ஆதிதிராவிட அபேட்சகர் நிற்காத இடங்களில் - போட்டியிடும் மற்ற இன அபேட்சகர்களை -தேர்ந் தெடுக்கும்போது முற்போக்கு இலட்சியமா தீவிர நோக்கு, புரட்சிகரக் கொள்கைக் கொண்டவர்களையே நாம் ஆதரிக்க வேண்டும்.

18. காங்கிரஸ் ஒழிக!

இந்தப் பொதுத் தேர்தலில் உண்மைப் பிரதிநிதிகளைத் தேர்ந்தெடுத்து ஊராளுமன்றத்துக்கு அனுப்பவில்லையானால் நான்கு வருட காங்கிரஸ் ஆட்சியில் அனுபவித்ததை விட அதிகமாக -கொடுமையான நிலைகளை அனுபவிக்க நேரிடும். நாடு நாசமாகும்; மக்கள் மாள்வர்; கோபுரம் உயரும்; குடிசை தாழும்; குள்ளமதியினருக்குக் கொண்டாட்டம் குடிசை வாழ்வோர் கொடுமைபுரியில் நெளிவர். இந்த நிலை வர நீங்கள் விரும்புகிறீர்களா? விரும்பமாட்டீர்கள் 'வேண்டவே வேண்டாம் அந்த நாசவாழ்வு' என்பீர்கள்.

நாட்டோரே! தாழ்த்தப்பட்டோரே! நாச வாழ்வு அழிந்து நல்ல வாழ்வு மலர வேண்டுமானால் - இந்த சுதந்திர பூமி சொர்க்க பூமியாக திகழ வேண்டுமானால் நாட்டிலுள்ள அனைவருக்கும் உண்ண உணவு, உடுக்க உடை, இருக்க இடம்; சிந்திக்க சுதந்திரம், மனித உரிமை இவைகளை அடைந்து இன்னலற்று இருக்க வேண்டுமானால் வருகின்ற பொதுத் தேர்தலில் காங்கிரஸுக்கு ஒட்டுப் போடாதீர் மீண்டும், மீண்டும் நான்கு வருட காங்கிரஸ் ஆட்சியை நினைவுப் படுத்திக் கொள்ளுங்கள். அந்த நினைவு வந்தால் காங்கிரஸ் பெட்டியில் ஒட்டுகளைப் போட உங்கள் நெஞ்சு இடந்தராது! 'காங்கிரஸ் ஒழிக' என்ற குரலெழுப்புங்கள்! இந்தக்குரலே காங்கிரசுக்கு சமாதி எழுப்பட்டும். நமக்கெல்லாம் வாழ்வு மாளிகையை அமைத்துக் கொடுக்கட்டும். இந்த முற்போக்குப் பணியில் தாழ்த்தப்பட்டோர் முன்னோடிகளாக ஓடவேண்டும் என்பதே எனது விருப்பம்; ஆசை; எண்ணம்!

முற்றும்

■

விரைவில் வெளிவருகிறது!

வைதீக வல்லூறுகள், சாதீய சனீஸ்வரன்கள், சனாதன சர்ப்பங்கள் இந்நாட்டில் அதிமாக நடமாடிய காலத்தில் - பார்ப்பனீயம் தனது மத ஆட்சியை எதேச்சாதிகாரமாக நடத்திக் கொண்டிருந்த காலத்தில் - மிகவும் பயங்கரமான அந்த காலத்தில் பழங்குடிகளுக்காகப் 'பறையர்' என்று பழித்துரைக்கப்பட்ட நமக்காக பாடுபட்டவர்கள் 'சிலர்' இன்னல்களை அணைத்து, எதிர்ப்புகளை வரவேற்று, இடுக்கண்களை ஏற்று நாம் வாழ உழைத்தனர் சளைக்காமல்; எதிர்ப்புகளைக் கண்டு மலைக்காமல்!

அந்த உண்மை ஆதியர் தலைவர்களை மறந்தோம்: யார் யாரையோ வாழ்த்துகிறோம். வணங்குகிறோம்; பின்பற்று கிறோம்! அந்தத் தலைவர்களை மறந்த நம்மவர்களுக்கு அவர்களை நினைப்பூட்ட, அவர்களது வாழ்க்கை வரலாறுகளைச் மிச்சுருக்கமாக எழுதுகிறார்

தோழர் R. ஜார்ஜ்.

'அறிஞர் அயோத்திதாஸ்' 'தாத்தா சீனிவாசன்' இந்த இரண்டு புத்தகங்களும் விரைவில் வெளிவரும். விவரம் வேண்டுவோர் கீழ்கண்ட முகரிக்கு எழுதவும்.

ரெட்டமலை சீனிவாசன் நினைவு மன்றம்,
மன்னன் தெரு, புழல் (ரெட்டில்ஸ் (Redhills))

'பல்லவ நாடு' அச்சகம், இராயபுரம், சென்னை - 13.

■■■

III

கடந்த கால விடுதலை வரலாற்றின் பக்கங்கள்

வீ.வே. முருகேசபாகவதர், உரிமை இரத்தினம், பி.என். ராஜ்போஜ், சென்னை ஆர். ஜார்ஜ் கோமகன்

பாபாசாகேப் அம்பேத்கர் அவர்கள் இந்தியா போற்றும் இணையற்ற தலைவராக உருவாகி இருந்த காலத்தில் அவருக்கு வலதுகரமாகவும் உற்ற தோழர்களாகவும் விளங்கி பல்வேறு தலைவர்கள் செயல்பட்டனர். எப்பொழுதுமே ஒரு தலைமை உருவாகும் போது அவர்களுக்குத் தன்னை இழந்து பணியாற்றக்கூடிய தலைவர்களாக அமைவதில்லை. சில முரண்பாடுகள் இருப்பினும் ஒரு தலைவரின் ஒப்பற்ற ஆளுமையும் உன்னத இலட்சியங்களும் உயர்ந்த வெற்றிக்கான போர் உத்தி முறைகளும் பெற்றிருக்கும் தன்மைகள் மூலமாகவே ஒருவரைத் தலைவராக ஏற்றுக் கொண்டு இயங்கும் தன்மைகளைத் தலைவர்கள் பெறுகின்றனர். அவ்வகையில் புத்தருக்குப் பின் இந்திய நாடு கண்ட இணையற்ற மாபெரும் தலைவர் பாபாசாகேப் அம்பேத்கர் என்றால் மிகை இல்லை.

அவ்வகையில் பாபாசாகப் அம்பேத்கருடன் இணைந்து பணியாற்றிய பி.என். ராஜ்போஜ் அவர்கள் தமிழகத்திற்கு ஒருமுறை வந்த பொழுது ஏறத்தாழ 50களில் இருக்க வேண்டும். அப்பொழுது பி.என். ராஜ்போஜ் அவர்களோடு தமிழகம் முழுவதும் உரிமை இரத்தினம் அவர்களும் அடுக்குமொழி வேந்தர், நாடக ஆசிரியர் சென்னை ஆர். ஜார்ஜ் கோமகன் அவர்களும் தமிழகம் முழுவதும் பயணித்துள்ளனர். இந்தத் தகவல் திரு. ஜார்ஜ் கோமகன் அவர்களது சகோதரர் இப்பொழுது 89 வயதாகும் திரு. ஜோன்ஸ் அவர்கள்

நம்மிடையே பகிர்ந்துள்ளார். ராஜ்போஜ் அவர்களும் கோமகன் அவர்களும் உரிமை ரத்தினம் அவர்களும் எடுத்துக்கொண்ட படம் ஒன்று கூட இருந்தது என்றும் அது சில உறவினர்களிடம் சென்றது இன்னும் வரவில்லை என்றும் செய்தியைக் கூறினார்.

பி.என். ராஜ்போஜ் அவர்கள் ஈரோட்டில் தந்தை பெரியார் அவர்கள் நடத்திய புத்தர் மாநாட்டிலும் கலந்து கொண்டு புத்தரின் சிறப்புகளை இலங்கை பேரறிஞர் வல்லாள சேகரா அவர்களோடு இணைந்து வழங்கினார் என்பதும் தந்தை பெரியார் அவர்கள் பகுத்தறிவு இயக்கத்தின்பால் சிறந்த ஈடுபாட்டினை டாக்டர் அம்பேத்கர் கொண்டிருந்ததைப் போலவே இவரும் கொண்டிருந்தார் என்பதும் இங்கு குறிப்பிடத்தக்கது.

தமிழ்நாடு பௌத்த அறநெறியாளர்கள் சங்க தலைவர் வாணியம்பாடி ஏ. கஜேந்திரன் அவர்கள் பி. என். ராஜ்போஜ் அவர்கள் பற்றிதருகின்ற கருத்தும் கவனத்திற்குரியது:

'அரசியல் சாசன வரைவுக் குழுத்தலைவர் பதவியைப் பாபாசாகேப் அம்பேத்கர் அவர்கள் ஏற்க மறுத்தபோது திரு. நேரு அவர்களும் திரு. காந்தி அவர்களும் தமிழ்நாட்டில் இருந்த திரு. ராஜாஜி அவர்களைச் சந்தித்து நிலைமையை விளக்கி உள்ளனர். திரு. ராஜாஜி அவர்கள் All India Scheduled Cast Federation தலைவராக இருந்த தந்தை சிவராஜ் அவர்களையும் அன்னை மீனாம்பாள் அவர்களையும் சந்தித்து பாபாசாகேப் அவர்கள் இந்தத் தலைவர் பதவியை ஏற்றுக் கொள்ள நீங்கள் தான் வழிவகை செய்ய வேண்டும் என்று கேட்க அவர்கள் இருவரும் All India Scheduled Caste Federation பொதுச் செயலாளராக இருந்த திரு.ராஜ்போஜ் அவர்ளுக்கு நிலைமையை விளக்கிக்கூறி நாம் எல்லோரும் சேர்ந்து பாபாசாகேப் அவர்களைச் சந்தித்து சம்மதிக்கச் செய்யலாம் என்றுக்கூறி டெல்லியில் பாபாசாகேப் அவர்களைச் சந்தித்து அந்தத் தலைவர் பதிவை ஏற்கச் செய்தார்களாம். இதில் திரு. ராஜ்போஜ் அவர்களின் பங்கு அளப்பரியது'.

'உரிமைக்கு வாழ்த்து' என்ற தலைப்பில் உரிமை

இரத்தினம் அவர்கள் நடத்திய இதழுக்கு மகா மதுர கவிஞர் முருகேச பாகவதர் ஒரு வாழ்த்துக் கவிதையும் எழுதியுள்ளார் என்பது புதியதொரு தகவலாகும். மேலும் அந்த உரிமை ஏட்டுக்குப் பல்வேறு பங்களிப்புகளையும் படைப்புகளையும் வழங்கியவர் ஜார்ஜ் கோமகன் என்பதும் இங்குக் குறிப்பிடத்தக்கது. முருகேச பாகவதர் எழுதியஅக்கவிதை பின்வருமாறு:

உரிமைக்கு வாழ்த்து

சேரியெனத் தனிப்பிரித்துக் காட்டத் தோன்றும்
சிறுகுடிசை: கதிர்மதியும் உள்ளு லாவும்:
மாரிமுகம் காணாத பைங்கூழ் போன்று,
வதங்கிய ஓர் சிறுவயிறு! கலங்கிக் கண்ணீர்
வாரிசொரி கின்றவிழி; கஞ்சிக் காக
வாய்விட்டே அழுங்குழவி: குரல்கள் துன்ப
வாரியிலே அமிழ்ந்த உடல்: இவையே தங்கள்
வாழ்க்கையிலே நீங்காத செல்வ மென்று,

பாடுபட்டும் பயனறியா உழவ ருக்கும்
பகலிரவாய் உழைக்கும் தொழி லாள ருக்கும்
ஈடில்லாக் கலைகள் நிறை அறிஞ ருக்கும்
இப்புவிக்குக் கண்களெனும் பெண்க ளுக்கும்,
வீடுகட்டிப் பிறர்க்களித்துக் குப்பை மேட்டில்
வீதிகளில் மரத்தடியில் வாழ்வோர்க் கெல்லாம்
நீடுசம உரிமையினை வழங்கல் வேண்டும்
நித்தம் அவர் வாழ்க்கையிலே வளமை காண!

பழந்தமிழர் முன்னேற வேண்டும் என்றே
பத்திரிகை தனிலெழுதித் தேனி னிக்க
முழங்கிடுவார்; நடைமுறையில் செய்து காட்ட
முணுமுணுப்பார்; ஆயிரத்தில் ஒருவர் செய்வார்!
கிழங்குகளில் 'கருணை' எனும் கிழங்கும் உண்டு
கீர்த்தி நிறை மக்கள்பலர்க் கதுதா னில்லை.

இழந்தபழம் பெருமையுடன் வாழ்வில் இன்பம்
எய்திடவே நமக்கெல்லாம் உரிமை வேண்டும்,

மேதினியிற் சிறுபுழுவும் எறும்புங் கூட
மிதிப்பவரைக் கடிப்பதைநாம் காணு கின்றோம்.
ஓதரிய சுயஉரிமை எதற்கும் உண்டாம்;
உழைக்காமல் உயிர்வாழச் சதியே செய்து,
பாதியிலே எளியமக்கள் உரிமை தன்னைப்
பறித்துடலே பருத்துமிகக் கொழுத்து வாழும்
நீதியற்ற மக்களையும் சீர்தி ருத்தி
நிலையாய பொது உரிமை பூத்து வாழ்க!

(பக்கங்கள் 201 202, மகா மதுர கவிஞர் வீ. வே. முருகேச பாகவதர், தமிழமுதம், மங்கள நிலையம், வில்லிவாக்கம் சென்னை, 1960)

\- முனைவர் க. ஜெயபாலன்

■

IV

ஆர். ஜார்ஜ் கோமகன் நாடகங்களில் சில

திராவிட இயக்கத்தில் இணைந்து பணியாற்றிய காலத்தில் இவர் எழுதிய நாடகங்களைக் கண்டு அறிஞர் அண்ணா, கலைஞர் மு. கருணாநிதி, புரட்சி நடிகர் எம்.ஜி. ராமச்சந்திரன் உள்ளிட்ட அனைவருமே வியந்து பாராட்டியுள்ளனர்.

'வாழ்வின் வழி' என்ற நாடகம் குடும்பக்கட்டுப்பாடு பற்றி எழுதப்பட்டது. 'காய்க்கும் மரம்' என்ற நாடகம் சிறுசேமிப்புப் பற்றி ஆக்கப்பட்டது. இந்நாடகத்தைத் திரைப்படமாக்க வேண்டும் என்று அறிஞர் அண்ணா கூறியுள்ளார். எம்.ஜி.ஆர். அவர்கள் சிறு சேமிப்புத் துறையின் துணைத்தலைவராகவும் விளங்கினார் என்பது குறிப்பிடத்தக்கது.

இவரது ஏராளமான நாடகங்களுக்குத் தலைமை ஏற்று வாழ்த்துரையை வழங்கியவர் டாக்டர் கலைஞர்.

இராம. அரங்கண்ணல் அவர்களுக்கான ஒரு தேர்தல் நடைபெற்ற பொழுது தேர்தல் நிதிக்காக நடத்தப்பட்ட 'கந்தல் துணி' என்ற நாடகத்தில் கலைஞர் அவர்கள் தலைமை ஏற்று 'சேற்றிலே நட்ட கொம்பு எந்தப் பக்கம் சாயுமோ?' என்ற இந்த வசனத்தைக் காணும் பொழுது எவ்வளவு அருமையாக ஜார்ஜ் கோமகன் அவர்கள் எழுதுகிறார் என்பது கண்டு நான் வியக்கிறேன் என்று கலைஞர் பாராட்டி உள்ளார். பிறகு முரசொலியிலும் அது வெளிவந்திருக்க வேண்டும் என்று தகவல்கள் கூறுகின்றன.

இந்தி எதிர்ப்புப் போராட்டத்தைப் பற்றி 'ஓடி வந்த இந்தி பெண்ணே கேள்' என்ற தலைப்பிலும் 'சிலம்பு' என்று

சிலப்பதிகாரத்தை மையப்படுத்தியும் இரண்டு நாடகங்களை இவர் எழுதிய போது பெண்களே பொறுப்பேற்று அந்த நாடகத்தை நடத்தி உள்ளனர். திராவிட முன்னேற்றக் கழகத்தின் மகளிர் அணி நடத்திய, அந்த நாடகத்தின் நடுவர்களாக அன்றைய திரை உலகின் மாபெரும் நடிகர்களான எம்.ஜி.ஆர், எஸ்.எஸ்.ஆர், மூத்த நடிகர் கே.ஆர். ராமசாமி உள்ளிட்டோர் நடுவர்களாக இருந்து சிறப்புச் செய்துள்ளனர். அப்பொழுது எம்.ஜி.ஆர் கூறும் பொழுது இந்த நாடகத்தின் வசனங்கள் ஒவ்வொன்றுக்கும் நீங்கள் கைகளைத் தட்டினீர்கள் ஜார்ஜ் கோமகன் அவ்வளவு அருமையாக எழுதியிருக்கிறார். எனவே நீங்கள் தான் நடுவர்கள் என்று பாராட்டிய நிகழ்வு உண்டு.

இவரின் மறைவுக்கு டாக்டர் எம்.ஜி.ஆர். அவர்கள் முதலமைச்சராக இருந்தபோது நேரடியாக சென்று வீட்டில் இரங்கலைத் தெரிவித்துச் சிறப்பு செய்தார் என்பது வரலாறாகும்.

- முனைவர் க. ஜெயபாலன்

■

V

அடுக்குமொழி வேந்தர் நாடகாசிரியர் ஐயா ஜார்ஜ் கோமகன் குறித்து அமரர் பெ.சந்திரசேகரன் (12.04.1930 - 10.04.2020) அவர்கள்

'1947ஆம் ஆண்டு என நினைக்கிறேன். அகில இந்திய அட்டவணைச் சாதியினர் சம்மேளனம் சார்பில் வடஆற்காடு மாவட்டம், குடியாத்தம் அருகில் உள்ள செட்டிகுப்பத்தில் மாநாடு நடந்தது. அந்த மாநாட்டை நடத்தியவர் செட்டிகுப்பம் குப்புசாமி ஆவார். இவர் இன்றைய சட்டப்பேரவை உறுப்பினர் திரு. சி.கே. தமிழரசனின் தந்தை ஆவார். அங்கே உரிமை பொறுப்பாசிரியர் ஆர். ஜார்ஜ் (பின்னாளில் ஆர். ஜார்ஜ் கோமகன்) மற்றும் என்னையும் அறிமுகப்படுத்திய மாநாடு.

திரு. ஜார்ஜ் அவர்கள் சட்டப்பேரவை உறுப்பினர் ரத்தினம் அவர்கள் நடத்தி வந்த 'உரிமை' இதழின் துணை ஆசிரியர். இவரை ஆம்பூருக்கு ஒரு கூட்டத்திற்குப் பெடரேசன் நிர்வாகிகள் அழைத்திருந்தனர். கூட்டம் முடிந்து, அடுத்த நாளும் அவர் எங்களோடு தங்கியிருந்தார். அன்று மாலை பாலாற்றங்கரையில் ஒரு கிராமத்தில் பெடரேசன் கூட்டத்திற்கு எங்களை அழைத்திருந்தார்கள். அந்தக் கூட்டம் ஏற்பாடு செய்தவர்கள் இரவு ஒன்பது மணிக்குத்தான் நாங்கள் எல்லோரும் வீட்டில் இருப்போம். அப்போது வாருங்கள் என அழைப்பு விடுத்தனர்.

காரணம் இக்கிராமத்தில் வசிக்கும் பலர் மாட்டு வண்டிகளை வைத்துப் பிழைத்து வந்தார்கள். சரக்குகளை ஏற்றி இறக்கும் இடங்களுக்குச் சென்று கிராமம் திரும்பி வர இரவாகிவிடும் என்பதால் எங்களை இரவு ஒன்பது மணிக்கு அழைத்திருந்தார்கள்.

நானும், ஜார்ஜ் அவர்களும் நண்பர்களோடு லாந்தர் விளக்கோடு இரவு எட்டரை மணிக்கு அக்கிராமம் நோக்கிச் சென்றோம். வழியில் எங்களை வரவேற்க ஒரு பாம்பு ஊர்ந்து சென்றது. அதன்பின் கிராமம் சென்றடைந்தோம். ஆனால் அங்கே கூட்டத்திற்கான ஒரு அறிகுறியும் இல்லை. அப்போது ஏற்பாடுகளைச் செய்த ஒருவர் வந்து, இங்கே இரண்டு குழுக்களாக பிரிந்து வாழ்கிறார்கள். எனவே கூட்டத்திற்கு யாரும் வர மாட்டார்கள் என்றார்.

அங்கே ஒரு பெரிய ஆலமரம் இருந்தது. அங்கே எல்லா வண்டிகளும் நிறுத்தப்பட்டிருந்தது. ஒரு மாட்டுவண்டியின் மீது நான் ஏறி நின்று, 'இந்தக் கிராமத்தில் யாரும் எங்களைச் சந்திக்க மாட்டார்கள் என அறிகிறேன். எனவே கூரை வீடுகளே கேளுங்கள், மாட்டு வண்டிகளே நீங்கள் கேளுங்கள். பக்கத்தில் உள்ள பாலாறே கேளுங்கள் என உரக்கக் கத்தி சத்தமிட்டேன். எனது குரலைக் கேட்ட மக்கள் ஒவ்வொருவராக வந்தனர் கூட்டத்தைச் சிறப்பாக இரவு இரண்டு மணியளவில் முடித்தோம்.

(பக்கங்கள்: 77- 78 எனது வாழ்க்கையில் சில துளிகள, பெ சந்திரசேகசன், கணேஷ் கோவிந்தம் பப்ளிகேஷன், 2014, தொடர்பு எண்: 9940 497076)

■

பின்னிணைப்புகள்

1. பக்த சாருகதாசர்

எழுதியவர்

ஆர். ஜார்ஜ் கோமகன்

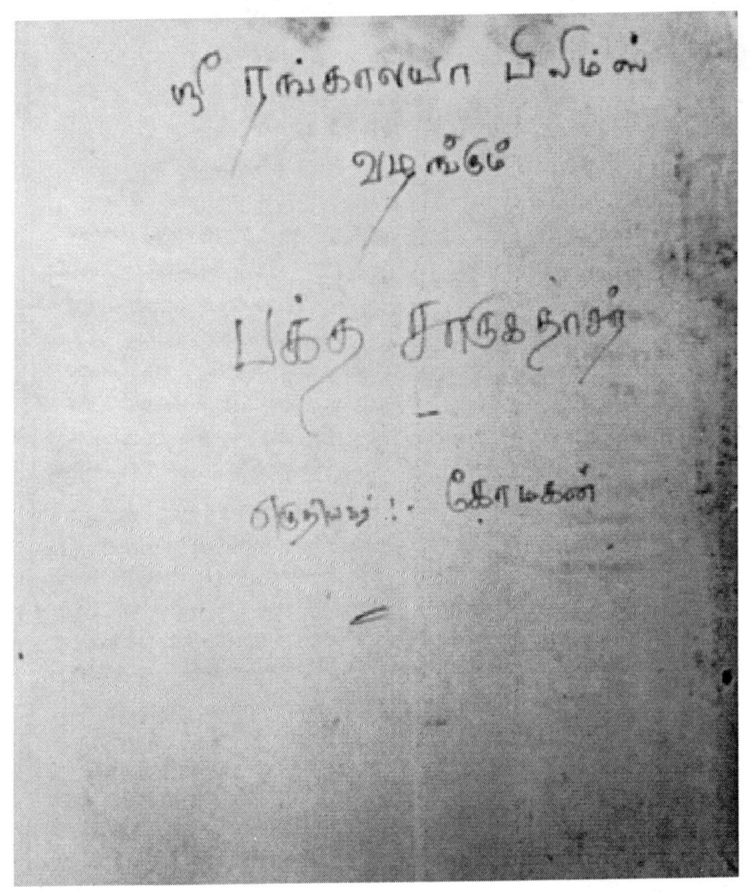

ஸ்ரீ ரங்காலயா பிலிம்ஸ்

வழங்கும்

பக்த சாருகதாசர்

எழுதியவர் :- கோமகன்

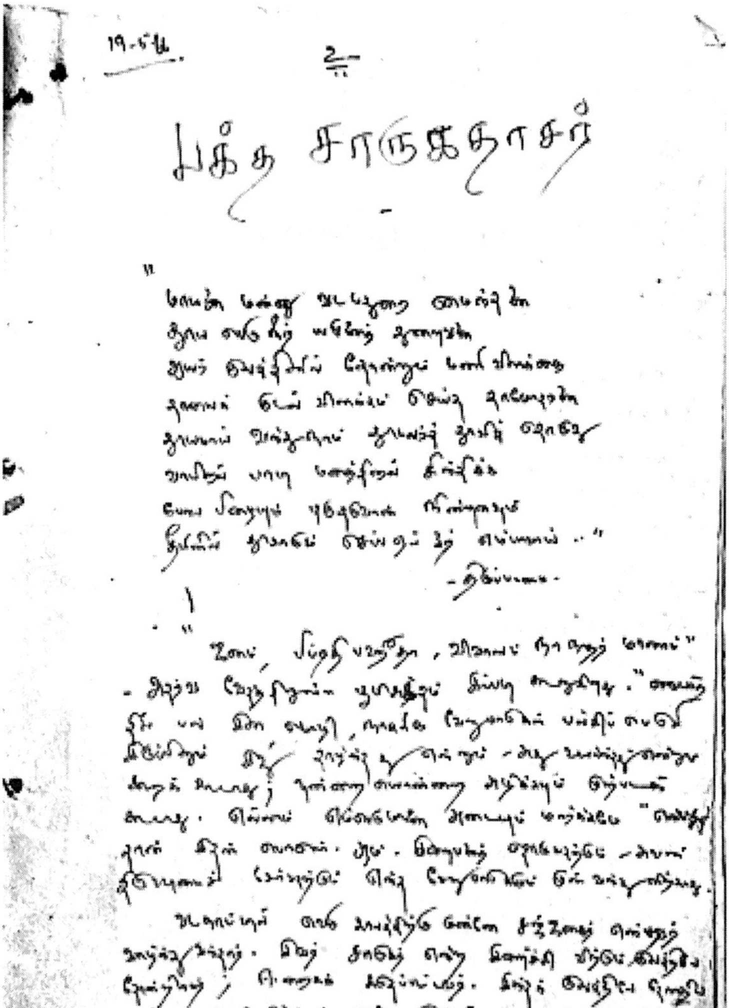

பக்த சாருகதாசர்

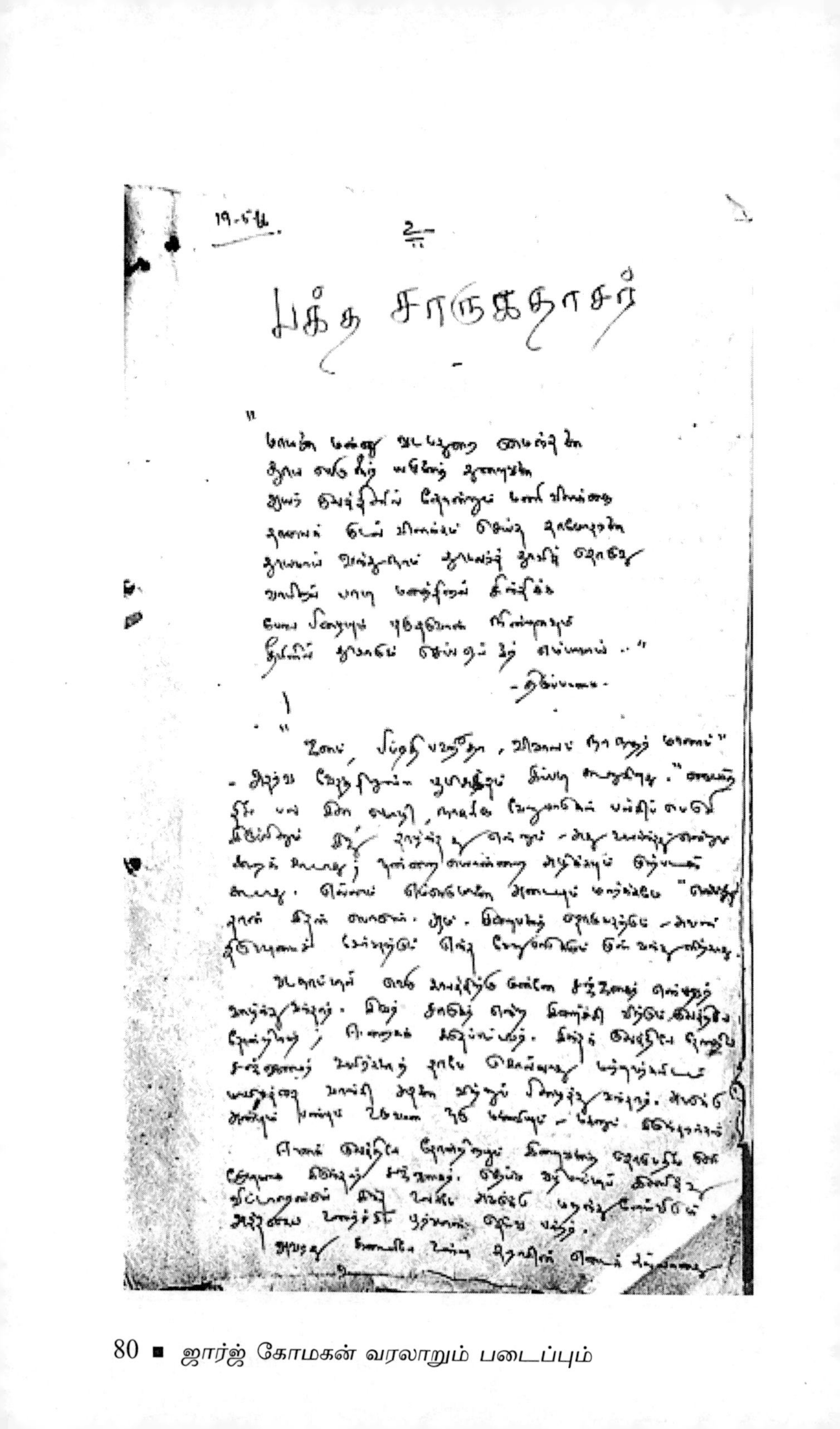

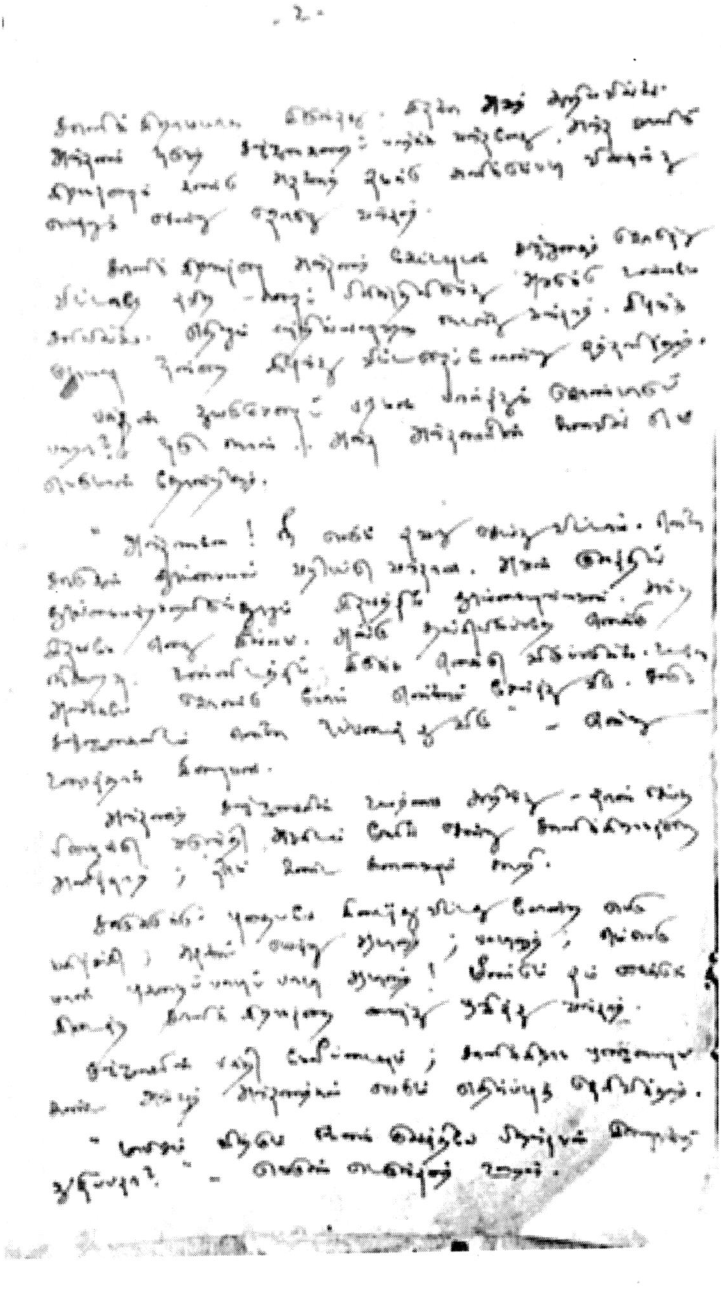

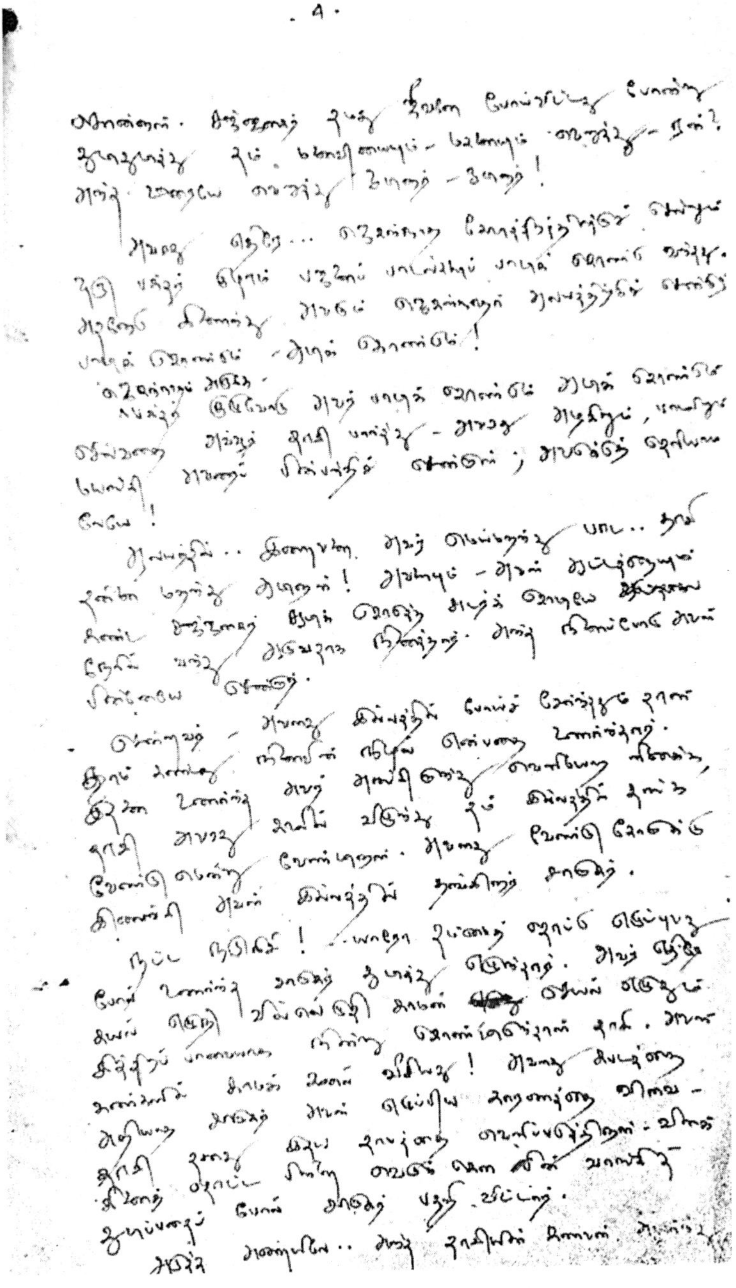

[illegible]

- 5 -

[illegible]

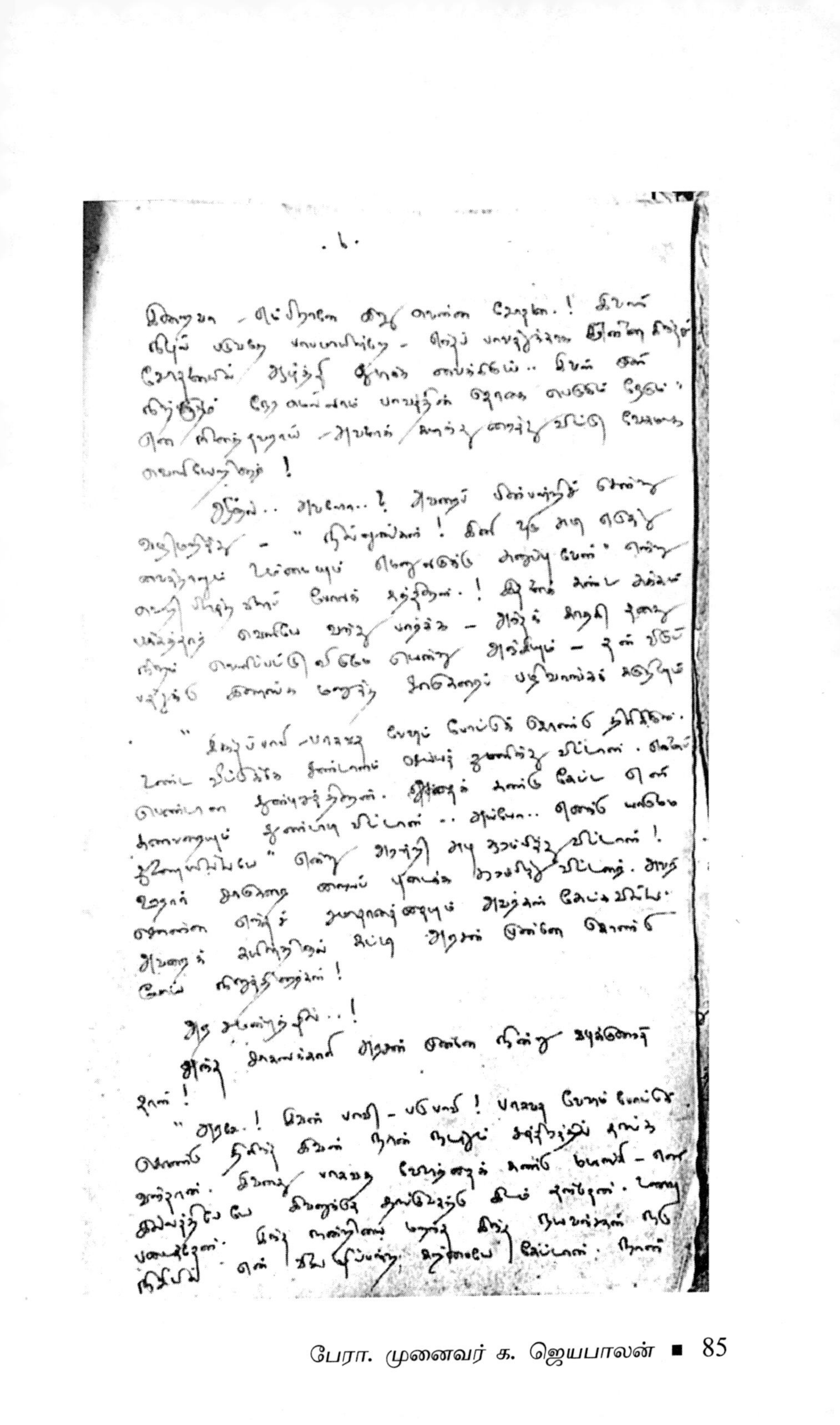

- 6 -

[illegible]

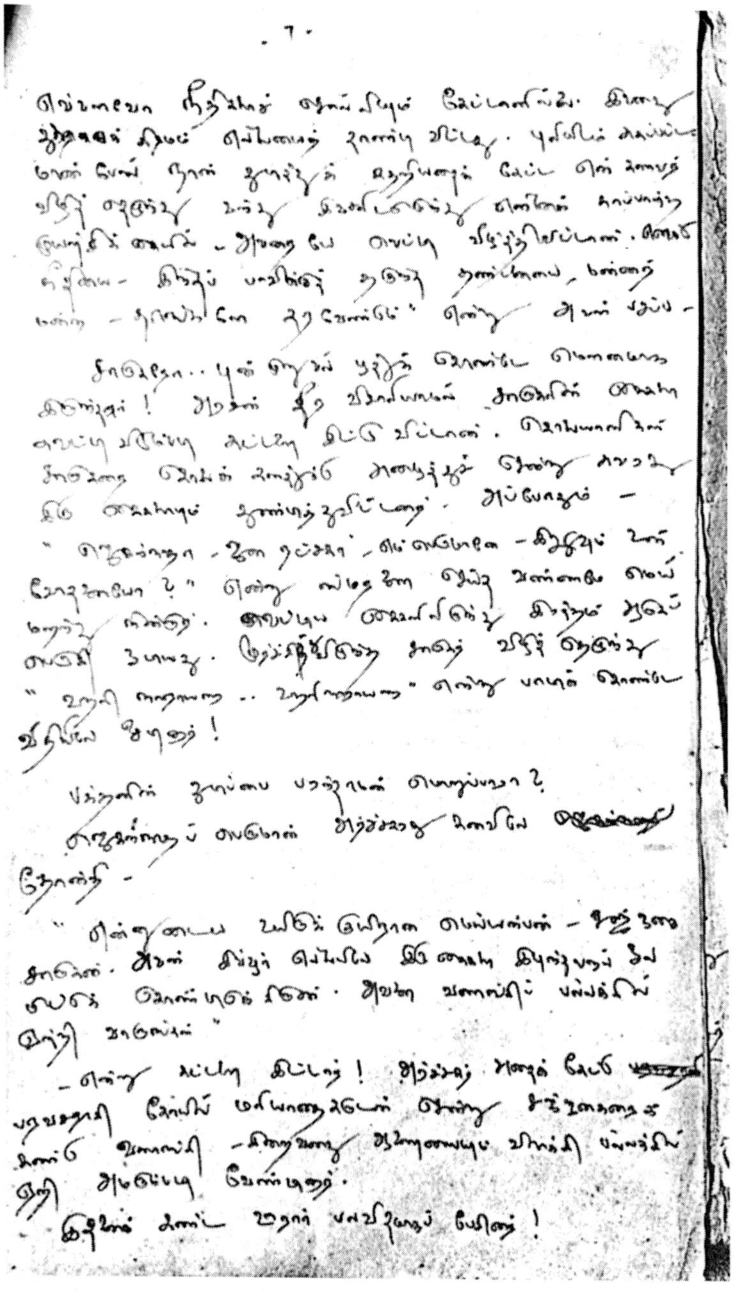

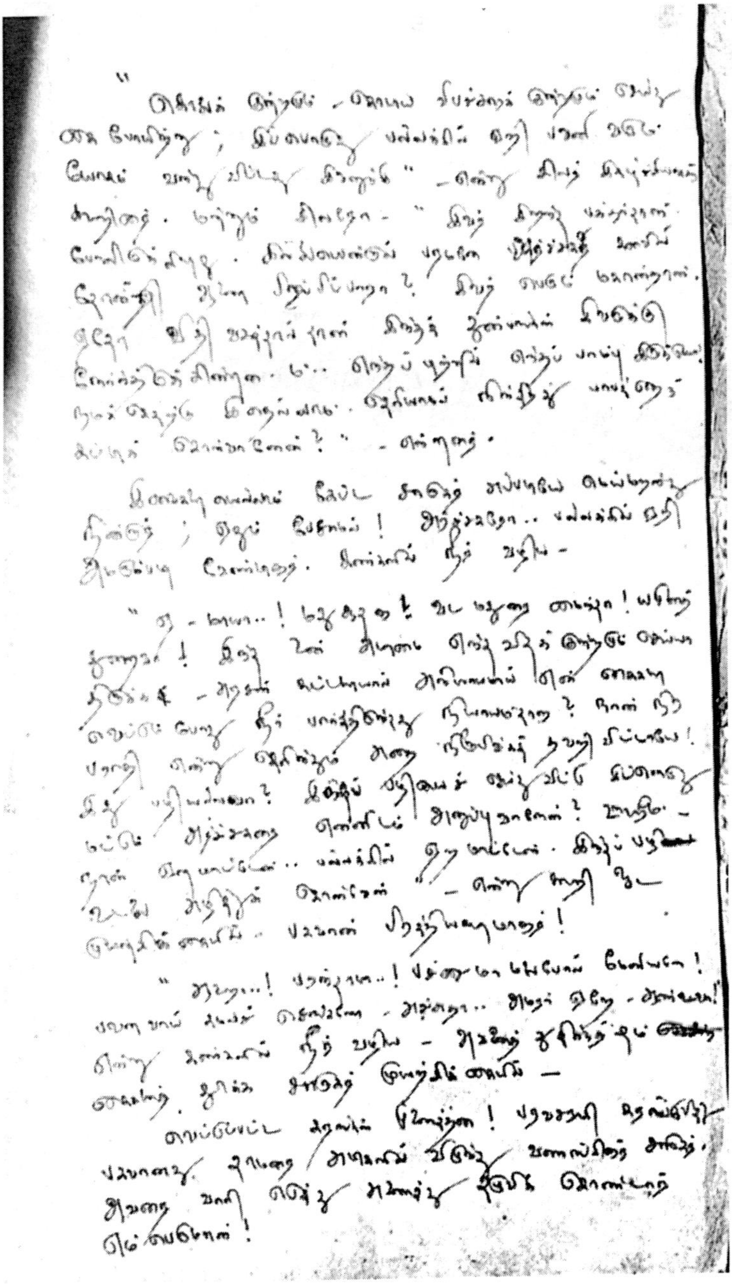

-9-

பகவானின் அணைப்பில் கிடந்த சாவித்ரி இப்பொழுதைப் போலத் தேம்பித் தேம்பி -

"பகவானே! பரம்பொருளே! இந்தப் பிறவியில் எந்தப் பாவத்தையும் மனத்தாலும் வாக்காலும் செய்யவில்லையே நான். எனக்கு ஏன் இத்தனை [illegible] தண்டனை?" என்று கேட்க -

"சகோதரி! இது இப்பிறவியில் செய்த பாவத்தால் வந்ததல்ல. முற்பிறவியில் செய்த வினை! முற்பகல் செய்ததான் பிற்பகலில் விளைந்தது" என்று பகவான் கூற -

"முற்பிறவியில் பாவம் செய்தேனா? நானா?" என்று அழுதபடி கேட்க - அப் பெருமான் கூற ஆரம்பித்தார்!

Flash Back.

"சாவித்ரி - நீ [illegible] [illegible]. [illegible] [illegible] காலத்தில் / ஊரில் / இருந்தான் அந்தணன். பக்தி நிறைந்தவன். இந்த அந்தணன் காலைக் கரையில் அமர்ந்து ஜெபம் செய்து கொண்டு இருக்கும் போது கொள்ளைக்காரர்களிடமிருந்து ஒரு பசு தப்பி [illegible] அவன் இருக்கும் வழியாக வந்து மறைந்து விடுகிறது.

அதனைத் தேடிக் கொண்டு வந்த கொள்ளைக்காரர்கள் அங்கே வந்து - ஜெபம் செய்யும் அந்தணனைக் கண்டு -

"இந்தப் பக்கம் பசு ஒன்று ஓடி வந்ததைக் கண்டீர்களா?" என்று கேட்க - சத்திய அந்தணன் [illegible] [illegible] அந்தப் பசு ஓடிய திசையைக் காட்டினான். அவன் காட்டிய திசையிலே சென்று கொள்ளைக்காரர் அந்தப் பசுவைக் கொன்று விடுகின்றனர்."

Flash Back End

சாவித்ரியின் ஒரு பிறவியைக் கூறிய பகவான் - பின்னர் அந்தப் பசுதான் இந்தத் [illegible] - அந்தக் கொள்ளைக்காரன்

- 11 -

[illegible]

2. தியாகப்பூ

3. கடிதம்

KOMAGAN THEATRES
3, MALAYAPPA NAICKEN STREET,
R. A. PURAM : : MADRAS-28

Date 16. 11. 67.

திரு.

மாண்புமிகு அமைச்சர் அவர்கள்
கல்வி - செய்தித்துறை
தமிழக அரசு. சென்னை.

அன்புடையீர்,

வணக்கம். [illegible]

[illegible] "காவிரித் தெய்வம்" என்ற இலக்கிய நாடகத்தினைச் சிறப்பாக நடத்தியுள்ளோம்.

'கோமகன்' [illegible] தாங்கள் அறிவீர்கள்! [illegible]

ஆகவே - [illegible] "காவிரித் தெய்வம்" என்ற நாடகத்தையும் [illegible] விரும்புகிறேன்.

தங்கள் அன்புள்ள,
ஜார்ஜ் கோமகன்

ஆர். ஜார்ஜ் கோமகன் எழுதிய கடிதம்

4. படங்கள்

ஆர். ஜார்ஜ் கோமகன்

09.01.1931 - 14.08.1978

ஆர். ஜார்ஜ் கோமகனின் தாயார் லூர்துமேரி ரத்தினசாமி

வைராக்கியம் படப்பிடிப்பில் ஆர். ஜார்ஜ் கோமன்

படப்பிடிப்புத் தளத்தில் ஆர். ஜார்ஜ் கோமன்

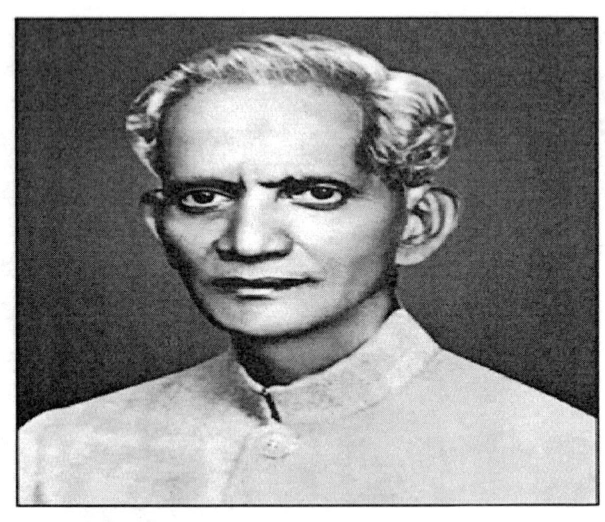

வீ.வே. முருகேச பாகவதர்
21/10/1897 - 21/10/1974

வீ.வே. முருகேச பாகவதருடன் பம்பாய்வரை சென்று உரை வழங்கியவர் ஆர். ஜார்ஜ் கோமன்

உரிமை ஆ. ரத்தினம் ஷெட்யூல்ட் காஸ்ட் ஃபெடரேஷன் முன்னோடி தலைவர்

உரிமை

7-8-56 செவ்வாய்

இதழ் : 12

காங்கிரசின் யோக்கியதாம்சங்கள் !

உரிமை ஆ. ரத்தினம் நடத்திய உரிமை ஏடு. இதில் பொறுப்பாசிரியராகவும் ஆர். ஜார்ஜ கோமகன் இருந்துள்ளார்.

பி.என். ராஜ்போஜ் தமிழகம் வந்தபோது பல இடங்களுக்கு அவருடன் சென்றவர் ஆர். ஜார்ஜ கோமகன்

கலைஞர்களுடன் ஆர். ஜார்ஜ் கோமன்

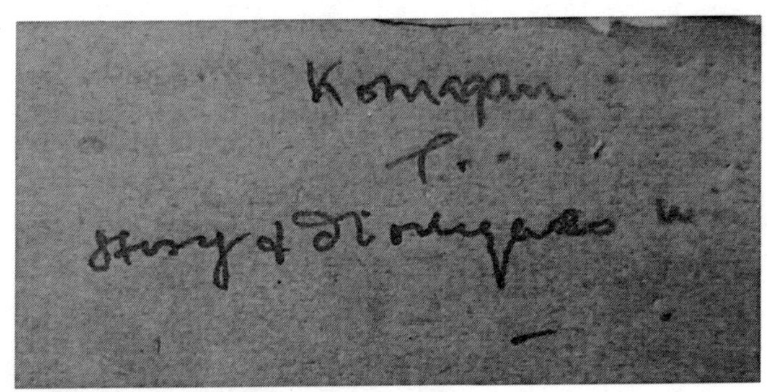

ஆர். ஜார்ஜ் கோமகன் கையெழுத்து

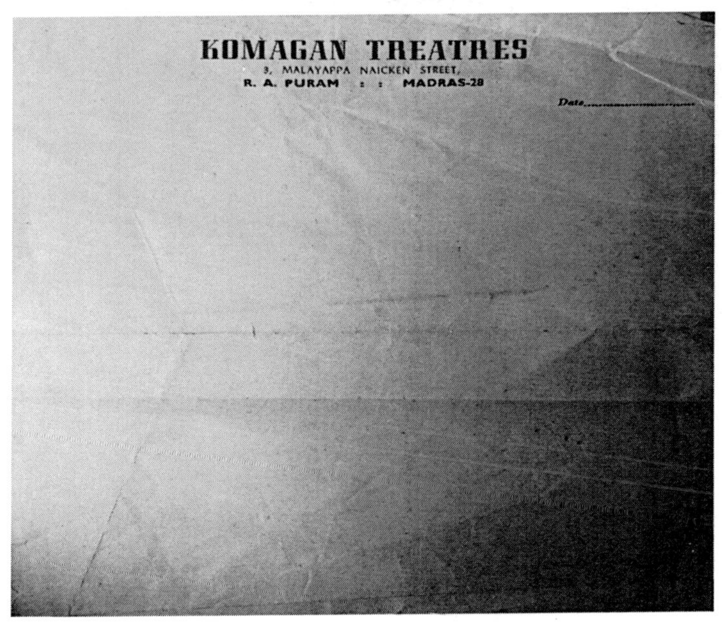

KOMAGAN TREATRES
3, MALAYAPPA NAICKEN STREET,
R. A. PURAM : : MADRAS-28

Date............................

KOMAGAN THEATERS
பெயரில் அமைந்த லட்டர் பேட்

TAMIL NADU LEGISLATIVE ASSEMBLY

FIFTH ASSEMBLY – FOURTH SESSION- SECOND MEETING

(1st March to 6th April, 1972)

RESUME

GOVERNMENT OF TAMIL NADU
1972

JUNE 1972

Legislative Assembly Department,
Fort St. George, Madras 600 009

16

(II) TAMIL NADU LEGISLATIVE COUNCIL

The following Members were duly elected by elected Members of the Tamil Nadu Legislative Assembly on 28th March, 1972 to fill seven seats in the Tamil Nadu Legislative Council on account of the retirement of seven Members by efflux of time.

1. Thiru R.Sakthimohan
2. Thiru M.Mavilarsan
3. Thiru S. Muthu
4. Thiru T.V.Muthukrishnan
5. Thiru C.V.Rajagopal
6. Thiru G.N. Raju
7. Thiru George Komagan

XVI. RETURN OF ASSETS

During the period, the Return of Assets of Hon.Minister for Harijan Welfare and twenty three Members for the period ending 31st March 1971 were placed on the Table of the House on 4th April 1972.

XVII. PAPERS LAID ON THE TABLE OF THE HOUSE

During the period, under review, 240 Papers were placed on the Table of the House, details of which are given below:-

A. Statutory Rules and Orders	81
B. Reports, Notification and Other Papers	159
	240

C.D.NATARAJAN,
Secretary

சட்டமேலவை உறுப்பினராக ஆர். ஜார்ஜ் கோமகன் பெயர் இடம்பெற்ற அரசிதழ்

தோழர்களுடன் ஆர். ஜார்ஜ் கோமகன்
(நடுவில்)

‘காவேரி தெய்வம்’ நாடகம் நடத்திய போது

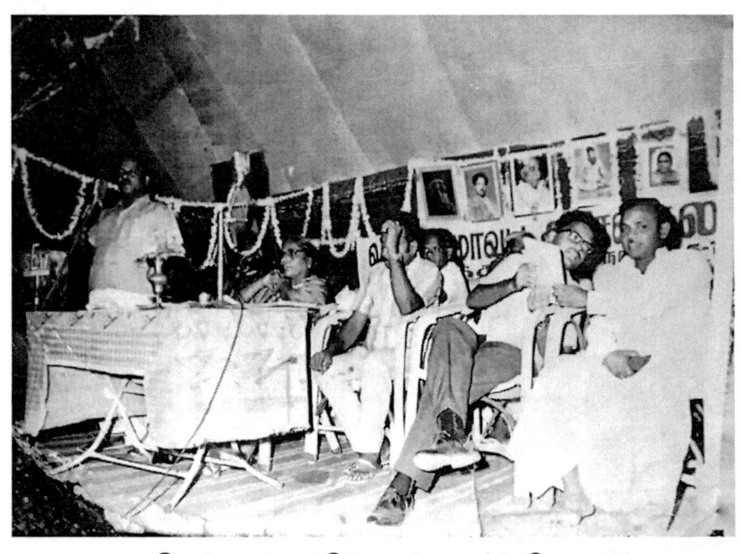

அரசியல் கூட்டத்தில் ஆர். ஜார்ஜ் கோமகன்
உரையாற்றுகிறார்

வை. பாலசுந்தரம், அன்னை சத்தியவாணி முத்து உடன் ஆர். ஜார்ஜ் கோமகன் உணவு அருந்துகிறார்

அன்னை சத்தியவாணி முத்துக்குப் பின்னால் அமர்ந்திருப்பவர் ஆர். ஜார்ஜ் கோமகன்

நின்றுகொண்டிருப்பவர் ஆர். ஜார்ஜ் கோமகன்

ஆர். ஜார்ஜ் கோமகன் அவர்களுக்குச் சிறப்பு செய்யப்படுகிறது

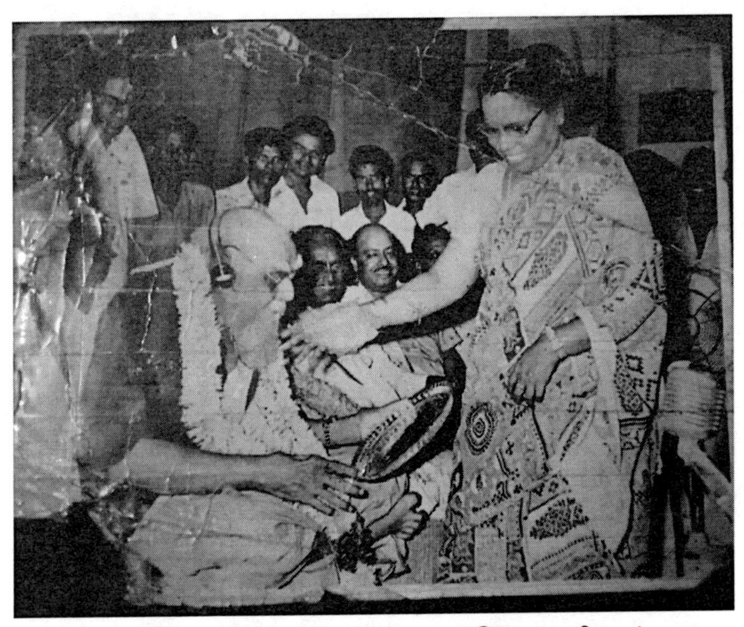

தந்தை பெரியாருடன் அன்னை சத்தியவாணி முத்து -
நடுவில் ஆர். ஜார்ஜ் கோமகன்

ஆர். ஜார்ஜ் கோமகன் மறைவின் போது அஞ்சலி
செலுத்திய மேனாள் தமிழக முதல்வர் எம்.ஜி.ஆர்.

'என் மகன் ஜார்ஜ் கோமகன் போல் தமிழை யார் பேச முடியும்?' பேராசிரியர் ராவ்பகதூர் தந்தை சிவராஜ். பல்வேறு பெடரேஷன் கூட்டங்களில் ஆர், ஜார்ஜ் கோமகன் பேச்சுக்களைக் கேட்டு இவ்வாறு பாராட்டினார்.

''சேற்றிலே நட்ட கொம்பு எந்த பக்கம் சாயுமோ?' என்று அடுக்குமொழி வேந்தர் ஆர். ஜார்ஜ் கோமகன் எழுதியிருக்கிற வசனம் மிகவும் என்னைக் கவர்ந்து விட்டது'. மேனாள் தமிழக முதல்வர் மு. கருணாநிதி (தேர்தல் பிரச்சார நாடகமான 'கந்தல் துணி' நாடகத்தினைத் தலைமை ஏற்று வாழ்த்திய போது)

ஆர். ஜார்ஜ் கோமகனின் சகோதரர் ஆர். ஜோன்ஸ்
அவர்களுடன் முனைவர் க, ஜெயபாலன்

பாபாசாகேப் அம்பேத்கர் கலை இலக்கியச் சங்க வெளியீடுகள்

1. சித்தார்த்தா புத்தகசாலை நூற்றாண்டு விழா மலர்
தொகுப்பு : முனைவர் க. ஜெயபாலன் மற்றும் குழுவினர்
விலை: ரூ.500/

2. வைரஊசி (வஜ்ரசூசி)
பதிப்பு : முனைவர் து.பார்த்திபன்
விலை : ரூ.50/

3. புழுதி படிந்த சொற்கள்
ஆசிரியர் : கவிஞர் சித்தார்த்தன்
விலை : ரூ.150/

4. அயோத்திதாச பண்டிதரின் பெண் விடுதலைச் சிந்தனைகள்
தொகுப்பு : முனைவர் பெ. விஜயகுமார்
விலை : ரூ.320/

5. அயோத்திதாச பண்டிதரின் சொற்பொழிவுகள்
தொகுப்பு : முனைவர் பெ. விஜயகுமார்
விலை : ரூ.150/

6. தென்னிந்தியாவில் பாபாசாகேப் அம்பேத்கர்
ஆசிரியர் : முனைவர் க. ஜெயபாலன்
விலை: ரூ.350/

7. அயோத்திதாச பண்டிதரும் சமகால பௌத்த ஆளுமைகளும்
ஆசிரியர் : முனைவர் பெ. விஜயகுமார் விலை : ரூ.250/

8. அயோத்திதாச பண்டிதரின் தமிழன் இதழ் கடிதங்கள்
தொகுப்பு : முனைவர் பெ. விஜயகுமார் விலை : ரூ.750/

9. மிலிந்தரின் வினாக்கள் அறிமுகம்
ஆசிரியர் : முனைவர் க. ஜெயபாலன் விலை : ரூ.150/

10 பௌத்த மறுமலர்ச்சி முன்னோடி ஏ.பி. பெரியசாமி புலவர் சிந்தனைகள்
தொகுப்பு : முனைவர் பெ. விஜயகுமார் விலை : ரூ.500/

11. கவிஞர் தமிழ்ஒளியின் கவிதைகளில் பௌத்தத் தாக்கம்
ஆசிரியர் : முனைவர் க. ஜெயபாலன் விலை : ரூ.180/

12. பௌத்த மறுமலர்ச்சி முன்னோடிகள்
ஆசிரியர் : முனைவர் க. ஜெயபாலன் விலை : ரூ.300/

13. பண்டிதர் அயோத்திதாசரும் வி.வே. முருகேச பாகவதரும்
ஆசிரியர் : முனைவர் க. ஜெயபாலன் விலை : ரூ.250/

14. இந்திய அரசியலமைப்புச் சட்ட அவையில் தந்தை வி.ஐ. முனுசாமி பிள்ளை மாவீரர் எஸ். நாகப்பா ஆற்றிய உரைகள்
ஆசிரியர் : வெங்கடேஷ்ஆதி விலை : ரூ.100/

அயோத்திதாச பண்டிதர் நூல்கள், பௌத்த நூல்கள் உள்ளிட்ட பிற நூல்களும் கிடைக்கும்.

நூல்கள் கிடைக்குமிடம் :

64/2, ரத்தின சபாபதி தெரு,
பழைய வண்ணாரப்பேட்டை,
சென்னை 600021,
9884744460

குறிப்புக்காக